ரெட்டை நிலவு

மின்மினி

ISBN 979-888546754-4

எனையீன்ற தாய்க்கும் தந்தைக்கும்
தொடர் ஆதரவளித்து வரும்
எழுத்தாள, வாசக தோழமைகளுக்கும்
இந்நூல் சமர்ப்பணம்...

பொருளடக்கம்

அணிந்துரை

பலர் என்னிடம் தனிப்பட்ட முறையில் இந்தக் கதையைப் படித்து விமர்சிக்குமாறு கூறினர்.

கதைக்கரு என்னவெனில் முன்னரே குறிப்பிட்டதைப் போல ஓரி-னச் சேர்க்கையாளர்களைப் பற்றியது. அப்படியானால் சமூகத்திற்கு ஏற்றதாக இல்லாத வகையில் காட்சிகள், வசனங்கள் அமைக்கப்பட்-டிருக்கும் எனத் தவறாக எண்ண வேண்டாம்.

மிகவும் நாகரீகமாக அமீக்கா, தன்வி இருவரின் உறவையும், அதன் பின்னதான ஈர்ப்பையும் படிப்படியாக விளக்கிய விதம் அருமை.

எதிர்பாலினத்தினர் மீது ஈர்ப்பில்லாதவரை இன்னொரு உறவிற்-குள் நுழைய நிர்பந்திப்பது தவறு எனக் குறிப்பிட்டவர் அவ்வாறே ஓரினச் சேர்க்கையாளர்கள் செய்வது சரிதான் என வலியுறுத்தாமல் அதன் போக்கிலேயே விட்டு விட்டது சமயோஜிதமான முடிவு.

ஆனால் இடையிடையே குறிப்பிட்ட விஷயங்கள் உண்மையி-லேயே பதைபதைக்க வைத்தது. ஆதிகாலம் தொட்டு இதுபோன்ற உ(றவு)ணர்வு சிக்கல்கள் இருந்தே வந்திருக்கின்றன. ஒவ்வொரு காலகட்டத்திலும் ஒவ்வொரு விதமான சிக்கல்கள். இப்போதிருக்கும் கால கட்டத்தில் இது சரி, தவறு என்பதைத் தாண்டி அவர்களது உணர்வுகளுக்கும் மதிப்பளிக்கலாம், தவறில்லை எனவே எனக்குத் தோன்றுகிறது.

அப்படியானால் சமுதாயம், பெற்றோர் ஆகியோரின் நிலை, கலாச்சார சமநிலை குறித்து கேள்விகள் எழலாம், அதுகுறித்து நான் எதையும் கூறப் போவதில்லை.

ஏனென்றால் இன்றளவும் சமுதாயத்தில் ஏற்கப்படாத கலாச்சா-ரத்தில் ஒன்றுதான் இது. சரி தவறு என எதையும் தீர்க்காமல், அதற்கு ஆதரவும் அளிக்காமல் இப்படியும் ஒரு பிரிவினர் உணர்-வுகளுக்குள் சிக்கித் தவிக்கின்றனர், அவர்களது வாழ்வியல் இது, நடைமுறைச் சிக்கல்கள் இது எனப் பதிவு செய்த என் தோழிக்குப் பாராட்டுகள்.

ஒவ்வொரு அத்தியாயத்திலும் கதையினூடே கொடுக்கப்பட்ட கருத்துகளும் தகவல்களும் அவரது உழைப்பை எடுத்துக் காட்டு-கின்றன.

அமீக்காவின் கதாப்பாத்திரத்தை இறுதி வரை அந்த கட்டமைப்பு மாறாமல் கொண்டு வந்திருந்தது சிறப்பு!!

பத்ரி, ஷ்ரவன் இருவரில் ஷ்ரவனை மிகவும் பிடித்திருந்தது..வாசு, குகன், நிர்மலா அனைவரும் எதார்த்தத்தின் நகல்கள்.

இங்கே குறிப்பிடப் பட்டிருப்பவை எந்த அளவிற்கு ஏற்புடையது எனத் தெரியவில்லை. ஏனெனில் சரி தவறு என்பதெல்லாம் ஒருவருக்கு ஒருவர் மாறும் என்னளவில் நான் கூறுவது சரியென்றால் உங்களுக்கு அது தவறாகத் தோன்றலாம். இங்கே சரி, தவறு என்பதெல்லாம் அவரவரது நிலையைப் பொருத்தவை.

உணர்வுகளை மிகத் துல்லியமாகப் பதிவு செய்திருக்கிறார்... படிப்படியாகப் பதிவு செய்திருப்பது சிறப்பு!!

வருங்காலத்தில் இதுபோன்ற உறவுகள் சர்வ சாதாரணமாக எடுத்துக் கொள்ளப் படலாம், இல்லாமலும் போகலாம்.

என்னைப் பொருத்த வரையில் இது கான்ட்ரோவர்சியல் கான்செப்ட் என்பதை விடுத்து ஒரு வித்தியாசமான வாழ்வியலைப் பதிவு செய்யும் முயற்சி எனலாம். அதற்காக எனது வாழ்த்துகளும் வணக்கங்களும். இதுபோன்ற பல கதைகளைப் படைக்க வாழ்த்துகள்.

-கனவு காதலி “ருத்திதா”

எழுத்தாளர்.

முன்னுரை

இக்கதை LGBTQ பற்றியது.. ஓரினச்சேர்க்கையாளர்களின் கலாச்சாரம் பெரிய அளவில் நாம் வாழ்கிற சமுதாயத்தில் நடைமுறையில் இல்லை என்றாலும் அவர்கள் வாழ்வது உண்மை தான்.. அவர்களை பற்றிய விழிப்புணர்வை கொடுக்கவில்லை என்றாலும் அவர்களின் பிரச்சினைகளை பதிவு செய்ய முயலுகிறேன்.. காட்சிகள் முகம் சுழிக்கும் வகையில் நிச்சயமாக இல்லை... ஆனால் எழுத வேண்டிய இடத்தில் சில காட்சிகளை தூவ வேண்டியுள்ளது.. இதுவரை ஆதரவு தந்த நல்ல உள்ளங்களுக்கும் இனி ஊக்கப்படுத்தப் போகும் உறவுகளுக்கும் என் நன்றிகள்..

நன்றி

இணையத்தில் இக்கதை முழுமையும் பதிவேற்றி, பகிர ஆதரவளித்து தேற்றிய அத்தனை உறவுகளுக்கும் நெஞ்சார்ந்த நன்றியை காணிக்கையாக்குகிறேன்...

முகவுரை

"ரெட்டை நிலவு" இந்தத் தலைப்பைப் பார்த்ததுமே இரண்டு தோழிகளின் கதை, இரண்டு சகோதரிகளின் கதை எனத் தவறாக எண்ணிவிட வேண்டாம். மெல்ல மெல்ல நம் சமுதாயம் அடியெடுத்து வைக்கும் மாற்றத்திற்கான படிகளை படிப்படியாக எடுத்துரைக்கும் கதை இது. LGBTQ ரகம். நம்மில் பலருக்கு LGBTQ என்றால் என்ன அர்த்தம் என்றே தெரியாது.. என்னையே எடுத்துக் கொள்ளுங்கள் இந்த கதைக்கான கருத்துகளை சேகரிக்கும் வரையில் எனக்கே தெரியாது.. கல்லூரி விடுதி நாட்களில் இதில் இருக்கும் நடைமுறை சிக்கல்கள், வலிகள் ஆகியவை குறித்த புரிதல் இல்லாமல் ஏதேதோ பிதற்றிக் திரிந்ததாக ஞாபகம்.. இவை அனைத்துமே இந்த ஒற்றைக் கதை தகர்த்திருக்கிறது.. உணர்வுகள் என்பது அவரவரது விருப்பங்கள் சார்ந்தது.. இதை எவரும் கட்டுப்படுத்திடவோ மட்டுப்படுத்திடவோ இயலாது.. இதை பற்றிய கதை தான் "ரெட்டை நிலவு". சமுதாயத்தில் நடக்கும் விஷயத்தைப் பதிவு செய்யும் நோக்குடன் எழுதப்பட்ட கதை...

1

"காதல் என்பது என்ன??
வரையறைகளுக்குள் வகுக்க முடியாத ஒன்று
முட்டாள்தனங்களின் முதல் முடிச்சு
மடத்தனங்களின் மூலதனம் அது
புரிந்தவர்களுக்கோ புனிதமானதொரு பொக்கிஷம்
புரியாதவர்களுக்கோ பிதற்றலாகி போன புலம்பல்
காற்றில் தாவும் கருவண்டிலும் காதல்
காட்டாற்று வெள்ளத்தில் கரைபுரளும் காதல்
காதல் காதல் காதல்
எத்தனை ஆண்டுகளுக்கு தான் இந்த முட்டாள்தனம்
புரிதலின்மையால் பிதற்றல்களும் போராட்டங்களும்
வாழ்வின் ஒரு அங்கமாகி போன ஒன்றில்
தொலைந்து போனவர்கள் பலர்
தொலைய மறுப்பவர்கள் சிலர்
ஓருணர்வுக்கு பயந்து கட்டுப்பாடுகள் விதித்து
அதே சிறையில் நாமும் அகப்பட்டு
ஏன் இந்த விபரீதமான கருத்துக்களும் கொள்கைகளும்
அழிவு தான் என்றால் அரைமணி போதுமானது
ஆக்கம் என்றால் ஆண்டாண்டு காலமாகும்
மறுப்புக்களை தெரிவித்து மனங்களை நோகடிக்காது
சுதந்திர பறவையாக காதலில் கட்டுண்டு
கட்டளையிட்டு கரையை அடைவோம்.."

கவிதையின் கடைசியில் கருத்தரங்கமே கரகோசத்தில் நிறைந்து விட, கணீரென்ற குரலுக்கு சொந்தக்காரியான அமீக்காவோ சற்றும் அலட்டி கொள்ளாமல் கீழே இறங்கினாள்..

பெண்களுக்கு உரித்தான ஒரே நேர்கோட்டில் அடுத்தடுத்த பாதங்களை பதித்து நளினமான நடை அவளிடமில்லை.. கருங்கூந்தலின் நீளம் இடையை தொட்டி-ருந்தாலும் சுருள் சுருளாக காற்றில் தவழும் அழகியல் அவளிடமில்லை.. பார்-வையை தனித்து காட்டக்கூடிய கருமை கொண்ட கண்கள் அவளிடமில்லை.. கலகலவென சிணுங்கும் வளையல்களோ கொலுசு முத்துக்களோ அவளிட-மில்லை.. அவ்வளவு ஏன் இளவயது மன்மதங்களை வீழ்ந்தும் மாயதூரிகையான துப்பட்டா தோள்களில் அணிந்து கொள்ளும் பழக்கம் அவளிடமில்லை..

இல்லை இல்லை என்று எதிர்மறையாக பேசி கொண்டே சென்றால் அவளுக்-கான வர்ணனை தான் என்ன?? லட்சணமான தேகமுக வடிவமைப்பு என்றாலும் கவனிப்பு என்பது சிறிதுமின்றி தற்காலிகமாக பொலிவை இழந்திருந்தது.. கரங்க-ளில் அந்த மென்மை இன்னமும் தேங்கியிருந்தாலும் அவளின் பிடியினால் வன்-மையாக மாறியிருந்தது.. ஜீன்சுக்கும் ஷீல்வ்லஸ் ஷேர்ட்டுக்கும் சொந்தக்காரி.. மொத்தத்தில் தனிக்காட்டு ராணி.. இல்லயில்லை அவளின் தனுவிற்கான ராங்கி-யவள்..

மேடையில் இருந்து கீழே இறங்கி வந்த அமீக்காவின் கரங்களை ஒவ்வொரு மாணவிகளும் பிடித்து வாழ்த்துக்கள் கூறிட, “ம்ம்..” என பெற்று கொண்டாள்.. சுற்று வட்டாரத்தில் பிரபலமான புரட்சியை தனது பேச்சு திறத்தால் திறம்பட நிகழ்த்தும் மேடை பேச்சாளர்.. சமூக ஆர்வலர் என்றால் இந்த கூட்டம் கூட இல்லாமல் இருக்குமா?? அக்கல்லூரியில் புகழ் பெற்றிடவும் மாணவிகளிடையே பிரபலம் என்பதற்கு இந்த ஒரு தகுதி மட்டும் போதாதே ஒரு தலைவனுக்கு..

கல்லூரியில் எங்கு சச்சிரவுகள் இருப்பினும் அவளின் தலையீடு இருந்தால் நிச்சயம் சரியான முடிவு கிட்டும் என்பது பரப்பபடாத புகழ்.. அவளின் நடவ-டிக்கை மட்டுமல்ல.. தேவைக்கு மட்டும் திறக்கும் அவளின் அதரங்கள் பேசும் வார்த்தைகளில் அத்தனை ஆணித்தரமான உண்மையும் நியாயமும் இருக்கும் என்பதில் எந்த ஐயப்பாடும் இல்லை..

விடுதிக்கு வந்த அமீக்கா, தனது பொருட்களை எடுத்து வைத்து கொண்-டிருக்க, “அமீ.. நீ இன்னைக்கே கிளம்பி ஆகணுமா??” என வந்து நின்றாள் லில்லி.. “ஏன்?? நாளைக்கு கிளம்புனா என்ன?? காலேஜை அப்படியே பெயர்த்து கொண்டு போய் இமயத்துல வச்சிடுவாங்களா??” என்று கேலியை கூட கடுமை-யாக கேட்டவளிடம் “நாளைக்கு ஜூனியர்ஸ் நமக்கு பேர்வெல் பார்ட்டி தர்றாங்க.. நீயும் கூட இருந்தா சந்தோசப்படுவாங்க..” என எடுத்துரைத்தாள் லில்லி..

“நோ லில்லி.. இந்த லேட் நைட் பார்ட்டி, பெர்வேல் பார்ட்டில எல்லாம் ஐ யம் நாட் இன்ட்ரெஸ்ட்டட்.. நான் இப்போவே கிளம்பியாகனும்..” என்ற அமீக்கா ட்ராலியை அழுத்தி ஜிப்பினை பூட்டினாள்.. தரையில் உருண்டு வந்த ட்ராலிக்கு நிகராக நடந்து வந்த லில்லியிடம், “நீ என்னோட பிரெண்ட் தான் லில்லி..

அதுக்காக என்னை வீடு வரை வந்து டிராப் பண்ணனும்னு எக்ஸ்பெக்ட் பண்ண மாட்டேன்..” என மறுத்தாள் அமீக்கா..

“இல்ல அமீ.. உன்கூட வந்தா எனக்கு சாட்டிஸ்பெக்ஷனா இருக்கும்..” என்றவள் எவ்வளவு கூறினாலும் நிறுத்தப்போவதில்லை என்பதால் தடுக்கவுமில்லை.. “ஒய்.. நிமல்..” என கையை காட்டினாள் அமீக்கா.. புல்லட்டில் சாய்ந்து நின்றவன், லில்லியை அங்கே எதிர்பாராதவனாக வெட்கத்தை பூசி கொள்ள “டேய்.. உன்னோட சீக்ஸ் ப்ளஷ் ஆகுது.. ஐ தின்க் உன்னோட சோல்மேட்டை மீட் பண்ணியிருக்குற..” என கூறி கொண்டே அமீக்கா பெட்டியை புல்லட்டில் கட்டினாள்..

நிமலுக்கும் லில்லிக்கும் நடுவே கண்களால் காதல் பரிமாற்றம் நடைபெற்று கொண்டிருக்க, “டேங் பில் பண்ணிட்டியா??” என தோள்களை தட்டினாள் அமீக்கா.. “பாவி.. லவ்வ கோர்த்தும் விட்டு கத்தரியால கட் பண்ணியும் விடுறா..” என கருவி கொண்டவன் “பண்ணிட்டேன்..” என்றான்..

“சரி.. லேட் ஆகுது.. லில்லிய பத்திரமா ஹாஸ்டல்ல கொண்டு விட்டுடு.. உன்னோட பொறுப்பு தான்..” என கட்டளையிட்ட அமீக்கா புல்லட்டை கிளப்பி கொண்டு நகர, கல்லூரியின் மாணவர்களோடு சேர்த்து மாணவிகளுமே, அந்த ஆளுமையை நின்று ரசிப்பில் லயித்தனர்..

ராகவன் இல்லம்,

“அண்ணி, பாப்பாக்கு எல்லாம் ரெடியா??” என கையில் தாம்பூல தட்டோடு பரப்பரப்பாக வந்து நின்ற வாசுகி வினவ, “எல்லாம் நேத்து நைட்டே எடுத்து வச்சிட்டேன் வாசு.. லேட்டா எழுந்து இப்போ குளிக்க போயிருக்குறா..” என்ற நிர்மலா மற்றொரு தாம்பூலத்தை அடுக்கி கொண்டிருந்தார்.

“சரி.. சரி.. தூங்குறதுல ஒன்னும் தப்பில்லையே அண்ணி.. பொறுமையாவே குளிச்சிட்டு வரட்டும்.. நான் ரெடி பண்ணி கூட்டிட்டு வர்றேன்.. அது வரைக்கும் மாப்பிள்ளை வீட்டுக்காரங்க கிட்ட ஏதாவது பேச்சு குடுத்துட்டு இருங்க சரியா..” என நிர்மலாவை விரட்டி விட்ட வாசுகி அவ்வறையில் கண்களை அலைபாய விட்டார்....

கட்டில் முழுவதும் பட்டு சேலைகளும் இதர பொருட்களான ஊக்குகள், நகைகள், ஸ்ட்ரைட்னர் காஸ்மெடிக்ஸ் என்று ஒரு பெரிய பட்டியலே இரைந்து கிடக்க, சேலையின் தலைப்பினை பிரித்து மடிப்பினை தொடங்கினார்.. அவ்வீட்டின் குட்டி இளவரசியை பெண் பார்க்க வருவதற்கு தான் இத்தனை ஏற்பாடுகள்..

அப்பொழுது,

“வாசுகி..” என கண்ணியமான உள்ளே நுழைந்த குகன், யாருமில்லாத அறையில் தனது மனைவி என்றதும் மீசை குறுகுறுக்க கண்களில் குறும்பை மின்னவிட்டார்.. “சரியா வந்தீங்களே.. வாங்க.. வந்து பாருங்க.. பொருளெல்லாம் எப்-

படி போட்டு வச்சிருக்குறா உங்க மருமக.. இதுக்கு தான் அவளுக்குன்னு தனி ரூம் குடுக்கலாம்னு சொன்னேன்.. குழந்தை சின்ன ரூம்ல இடுக்கி பிடிச்சிட்டு இருக்குற மாதிரி தெரியுது..'' என குடும்பத்திற்கு தேவையான கருத்து ஒன்றினை கடிதலாக கூறி கொண்டிருந்த வாசுகியை காதலாக பின்னால் இருந்து அணைத்-தார் குகன்.. "ஏங்க, என்ன பண்றிங்க.. நேத்து தான் கல்யாணம் ஆன மாதிரி கொஞ்சுறீங்க.. யாராவது வந்துட போறாங்க..'' என வெட்கத்தில் நெளிந்தார்..

"யார் வந்தா என்ன?? என் பொண்டாட்டிய நான் கொஞ்சுறேன்.. யார் என்னை கேப்பா..'' என கொஞ்சிய குகனை, "யாரும் கேக்க மாட்டா.. நீங்க பெத்து வச்சிருக்குற ஒன்னு வந்துதுன்னா தையா தக்கான்னு குதிச்சுடுவா..'' என எச்சரித்து கொண்டிருக்கும் போதே குளியலறை கதவை திறந்து கொண்டு வெளியே வந்தாள் தன்வி.. தனது அறையில் அத்தை மாமாவின் அனோன்யத்தை கண்டதும் மரியாதையின் நிமித்தம் திரும்பி கொண்டாள்..

"விடுங்க..'' என கடிந்தவாறே குகனின் பிடியில் இருந்து விடுபட்டு கொண்ட வாசுகி, "சொல்லும் போதே கேட்டிருக்கணும்..'' என காலில் நறுக்கென மிதித்தும் வைத்தார்.. அசடாக சிரித்து கொண்ட குகன், "தன்விமா.. ரெடி ஆகி சீக்கிரம் வந்துடு..'' என அசடாய் கூறி விட்டு மறக்காமல் மனைவியிடம் கண்ணடித்து விட்டும் சென்றார்..

"நரைச்சது தெரிஞ்சும் சின்ன பையன் மாதிரி சேட்டை.. இங்க வாம்மா.. தன்வி..'' என அழைத்த வாசுகி ஆசைஆசையாக செய்து வைத்திருந்த நகை-களை அலங்காரமாய் அணிவிக்க, கண்ணாடியில் தெரிந்த தன்வியின் முகத்தில் புன்னகை குடிகொண்டிருந்தாலும் ஆனந்தம் அதிலில்லை.. ஏற்கனவே பொலி-வான தன்வியை அந்த பட்டுசேலையும் ஜடையில் சூழ்ந்த மல்லிகையும் அழகு சிலையாக மாற்றியிருந்தது..

"மீகா இன்னும் வரலியா அத்தை..'' என மெல்லிய குரலில் ஏக்கமாக கேட்ட தன்வியின் முகத்தை ஏந்திய வாசுகி, "உனக்கு நல்ல காரியம்னா அவ இல்லா-மலா?? ஆன் தி வே... க்ரூப்ல செல்பி எடுத்து போட்டு அவளும் அவங்க அப்-பாவும் பண்ணின அலப்பறை மெசேஜஸை கவனிக்கலையா??'' என கேட்டார்..

"இல்லையே அத்த.. சாரி.. இருந்த நர்வஸ்ல மொபைலை கவனிக்க மறந்துட்-டேன்..'' என தலையில் அடித்து கொண்ட தன்வியை "என் கண்ணே பட்டுடும் போல இருக்கு..'' என திருஷ்டி கழித்தார்.. வாசுகி தன்வியின் பிணைப்பை தூர-மாக நின்று கவனித்து கொண்டிருந்த நிர்மலா, கன்னத்தில் வழிந்து நின்ற ஆனந்த கண்ணீரை துடைத்து கொண்டார்..

சிறு வயதிலேயே தாய் தந்தையரை விபத்தில் பலி கொடுத்து விட்ட நிர்மலா தன் தம்பி குகனை தாய் போல கவனித்து கொண்டார்.. குகனின் வற்புறுத்தலின்

பெயரில் திருமணம் செய்து கொண்டாலும், தனது தம்பிக்கு ஒரு வாழ்க்கை அமையும் வாழ்க்கையை தொடங்க வேண்டாம் என்று தள்ளிபோட்டார்..

குகனை நன்கு புரிந்த வாசுகியே அவருக்கு துணையாக வந்து விட, அடுத்-தடுத்து தன்வியும் அமீக்காவும் பிறக்க, அதே வருடத்தில் நிர்மலாவின் கணவர் இராணுவ போரில் உயிரிழந்தார்.. ஒரு சேர இன்பமும் துன்பமும் சேர்ந்து அலைக்கழித்திட, நிர்மலா தனது வட்டத்தை சுருக்கி கொண்டார்.. அதன் பின் இருகுடும்பமும் அடுத்தடுத்த வீடுகளில் வாழ்ந்து வந்தாலும் மனதால் ஒன்றாகவே வீற்றிருந்தனர்..

அப்பொழுது வாசலில் காரின் ஹாரன் ஒலி சத்தம் கேட்டதும் உள்ளே அமர்ந்-திருந்த தன்வி கைகளை பிசைய, தொண்டைக்குள் ஏதோ ஒன்று சிக்கியது.. மொத்த குடும்பமும் உற்சாகத்தோடு வெளியே சென்று வரவேற்க, தனித்திருந்த தன்விக்கு கைகால்களில் நடுக்கம் ஏற்பட்டு ஜில்லிட்டது. ஏனோ திருமணம் என்ற சொல்லை கேட்டாலே படபடக்கிறது மனம்..

“வாங்க மாப்பிள்ளை..” என இரு தாய்மார்களும் வரவேற்க, பகுமானமாய் காரை விட்டு இறங்கினான் பத்ரி.. பெண்களை கட்டியிழுக்கும் தோரணையான உருவம் என்றாலும் அவனை தேராக மாற்றி வீதிக்கு பெண் பார்க்க இழுத்தது தன்வியின் காந்த விழிகளல்லவா.. வீட்டினுள் நுழையும் பொழுது செருப்பை நேர்த்தியாக கழற்றி விட்ட பத்ரியை பூரிப்புடன் வாசுகி நோக்க, அவனுடைய மரி-யாதையை குகன் மெச்சி கொண்டார்.. ஆனால் பெண் பார்க்கும் படலத்திற்கே இத்தனை பகட்டாய் ஏற்பாடு செய்திருக்க வேண்டாம் என்று நிர்மலாவிற்கு உறுத்-தினாலும் வெளியில் காட்டிக்கொள்ளவில்லை..

பெரிய வீட்டு சம்பந்தம் என்றால் சற்று முன்னும் பின்னுமாக இருக்கும் என்று எதிர்பார்த்த பெண் வீட்டார்களுக்கு பத்ரி பணிவாக மரியாதையாக நடந்து கொள்-வதும், மகனின் விருப்பத்திற்காக என்று வேண்டா வெறுப்பாக அல்லாமல் மனமு-வந்து வருகை தந்த மாப்பிள்ளை வீட்டார்களையும் மிகவும் பிடித்து போனது.. வாசுகி முன்நின்று மாப்பிள்ளை வீட்டுகாரர்களை வரவேற்று இனிப்பு வழங்கிட, “பொண்ண பார்க்கலாமா??” என்றார் பத்ரியின் தாயார் பரிமளா.. “வாசுகி...” என குகன் கண்ணசைக்க, தன்வி அழைத்து வரப்பட்டாள்.. கோவிலில் பார்த்த அதே தெய்வகடாட்சத்தோடு வீட்டிலும் வலம் வந்த தன்வியை அள்ளி பருக இருகண்-கள் போதவில்லை பத்ரிக்கு..

“பையனுக்கு பிடிச்சிருக்குன்னு மட்டும் பொண்ணு பார்க்க வரலை.. எங்க-ளுக்கும் பிடிச்சதுனால தான் வந்திருக்குறோம்.. பொண்ணோட குணமே வீட்டை பத்தி சொல்றதுனால எங்க பக்கம் இருந்து வீட்டை பத்தி எதுவும் விசாரிக்கல.. பொண்ணை இப்படியே கூட்டிட்டு போறதா கூட ஒரு ப்ளான் இருக்கு..” என கலகலப்பாக பேசிய பரிமளாவின் கைகளை பற்றினான் பத்ரி..

“பாருங்க.. கூச்சப்படுறான்.. இவனுக்கு இதெல்லாம் தெரியும்னு எனக்கே இப்போ தான் புரியுது.. நாங்களே பேசிட்டு இருக்குறோம்.. என் பையனை பிடிச்சிருக்கா பொண்ணுக்கு..” என பரிமளா விளிக்க, அனைவரின் பார்வையும் தன்வியின் மீது பதிந்தது.. “உங்க இஷ்டம்..” என்றால் “இதென்ன கெட்ட பழக்கமா இருக்குது தன்விமா.. உன்னோட விருப்பத்தை உடைச்சு பேசு.. பெரியவங்க முடிவு எடுக்குறது மட்டுமா கல்யாணம்.. உன்னோட அபிப்ராயம் என்னன்னு சபையில தைரியமா சொல்லு..” என்று தைரியம் ஊட்ட முயற்சிக்கும் குகன் கண்டிப்பார்.. எனவே, “ம்ம்..” என தற்சமயத்திற்கு மட்டும் தலையாட்டினாள்..

“சரிப்பா.. ரெண்டு பேருக்கும் பிடிச்சு போச்சு.. அங்க ஓரமா போய் நின்னு உங்களுக்குள்ள பேசிக்கோங்க.. பெரியவங்க நாங்க மத்த விஷயம் பேசுறதுக்கு ப்ரைவசி கொடுங்க..” என பத்ரியின் தந்தை கூறவும் “அவங்களுக்கு ப்ரைவசி கொடுக்க சொன்னா நமக்கு கேக்குறீங்க..” என்று குகன் சிரித்தார்.. இருவருமாக அங்கிருந்து நகர, மொத்த கூட்டமும் கேலி செய்வதற்காக சிரிக்க, ஆளை விடுங்க சாமி என்பது போல வேகமாக படியேறினான் பத்ரி.. உள்ளே அனைத்தும் ஏகபோகமாக நிகழ்ந்து கொண்டிருக்க, முக்கிய நிகழ்வை தவற விட்ட அமீக்கா லாவகமாக புல்லட்டை நிறுத்தினாள்..

அவளின் ஹாரன் சத்தத்தில் வெளியே வந்த வாசுகி, “ஏண்டி வந்து சேருற நேரமா இது?? எப்போ பாத்தாலும் தனுமா.. தனுமான்னு ஒட்டிகிட்டே திரிவியே.. முக்கியமான நேரத்துக்கு கூட இல்லாம ஊரை சுத்திட்டு வந்து நிக்குற..” என கடிந்து கொண்டார்..

“யோ மம்மி.. ஏன் வந்ததும் வராததுமா சீரியல் மாமியார் மாதிரி கையா முய்யான்னு கத்திக்கிட்டு இருக்குற.. அதான் வந்துட்டேன்ல.. பாரு மாப்பிள்ளையும் பொண்ணும் டெரசில தான நின்னு பேசுறாங்க..” என்றவள், “ஹாய் தன்வி.. ஹலோ ப்ரோ..” என கரமசைத்தாள்..

இருவரும் அவளை கண்டு முறுவலிக்க “ஏண்டி.. இப்படி கத்தி ஊரை கூப்பிடுற.. இப்போ தான் அவங்களே தனியா பேச போயிருக்காங்க..” என கூறவும், “யோ மம்மி.. உனக்கு அறிவில்லே.. இப்படி ஒரு பொம்பள புள்ளைய பையன் கிட்ட தனியா பேச விட்டிருக்கியே.. அபச்சாரம் ஆகாதா?? கலாச்சாரத்தை கெடுக்க பாக்குறியே..” என நாலு கால் பாய்ச்சலில் மேலே ஓட சென்றவளை பிடித்து இழுத்து தலையில் ஒரு கொட்டினை வைத்தார் வாசுகி..

“ஆளையும் ட்ரஸ்யும் பாரு.. முதல்ல ஒரு நல்ல புடவைய கட்டலைன்னாலும் பொண்ணா லட்சணமா ஒரு சுடிதாரை போடு.. கலாச்சாரம் பத்தி பேச வந்துட்டா.. நாய்க்குட்டி மாதிரி கழுத்துல ஒரு டேகை கட்டிகிட்டு..” என அவளின் சோக்கர் நெக்லஸை கலாய்த்து விட உதடு பிதுக்கினாள் அமீக்கா.. பலவாறாக திட்டி ராகம்

பாடி கொண்டே உள்ளே அழைத்து செல்ல, அங்கிருந்த அனைவரையும் எகத்தாளமாக அவள் பார்க்கவிடினும் கன்னங்கள் சுவைத்து கொண்டிருந்த சுவிங்கம் அப்படியாக எடுத்தியம்பியது..

உள்ளுக்குள் சென்று ஒரு சுடிதாருக்குள் புகுந்து கொண்ட அமீக்கா, வெளியே ஒரு நாற்காலியில் சாவகாசமாக சரிந்து அமர்ந்தாள்.. பத்ரியின் அம்மாவின் பார்வை, "பொம்பளபுள்ளயா இருக்குதா பாரேன்.." என்பது போல தீண்டி செல்ல அப்பார்வையையும் அமீக்கா கண்டுகொண்டாளில்லை..

திருமணத்திற்கு தேவையான அனைத்தையும் பேசி கொண்டிருக்க, அமீக்கா வேடிக்கை பார்த்து கொண்டிருந்தாள்.. பத்ரியின் வீட்டார், "நீங்க உங்க பொண்ணுக்கு என்ன வேணா போடுங்க.. ஆனா பொண்ணு எங்க மருமகளா வேணும்.. ஆங்.." என வரதட்சனையை மதிக்காமல் பேசி கொண்டிருக்க அவ்விடத்தில் அமீக்காவின் ஆத்திரமான சொற்பொழிவு தேவையற்று போனது.. அவளை வைத்து கொண்டு பேசும் பொழுது வாசுகிக்கு நெஞ்சமெல்லாம் பதறினாலும் பாதகமின்றி முடிந்ததே என்று நிம்மதி கொண்டார்..

பேச்சு வார்த்தைகள் முடிந்து அனைவரும் கிளம்ப, டாட்டா பாய் பாய் கூட சொல்லாமல் அறைக்குள் புகுந்து கொண்டாள் அமீக்கா.. பரிமளா தான் வந்ததில் இருந்தே அவளின் மீதிருந்த பார்வையை நகர்த்தாமல், தன்வி இருக்கும் அதே வீட்டில் தான் இவளும் வாழ்கிறாளா என சந்தேகமாய் நோக்கினார்... அறையில் அமர்ந்து ப்ரீபயர் விளையாடி கொண்டிருந்த அமீக்காவை ஆருரமாய் தன்வி கட்டிகொள்ள, "முதல்ல கையை எடுடி.." என அதிகாரமாய் கூறினாள்..

அந்த வார்த்தையில் தன்வியின் முகம் சுணங்க, "ஓ.. கல்யாணம் களை வந்ததும் அழுகுறதுக்கும் பழகிக்கிட்டியா?? அந்த நெய் டப்பா அதை தான் சொல்லி தந்தானா??" என கேட்டு கொண்டிருக்கும் போதே, "மாப்பிள்ளைய பார்த்து என்ன பேச்சு பேசுற.. மரியாதையா பேசு.. தன்விக்கு வரப்போற மாப்பிள்ளை.. அந்த மதிப்பு மனசுல இருக்கட்டும்.. அப்புறம் இன்னைக்கு பேசுன மாதிரி நாளைக்கு அவர் முன்னாடி பேசிடாத..." என கண்டித்த வாசுகி அறையை சுத்தம் செய்ய, "அப்படியா??" என்பது போல தன்வியை நோக்க, "நீ எப்படி வேணாலும் கூப்பிடு.." என உதட்டை சுழித்தாள் அவள்..

"ப்ச்.. இந்த ரேடியோவை விட்டு தள்ளு.. உன் ரோமியோ என்ன சொன்னான்??" என அமீகா ஆர்வத்தோடு விளிக்க, "அதை பத்தி கேக்காத மீகா.." என சலிப்புற்றவளாக படுக்கையில் அமர்ந்தாள் தன்வி.. வாசுகியின் வெளியேறலுக்காக காத்திருந்த அமீக்கா, "அப்படி என்னமா கேட்டான் அந்த நெய் டப்பா.." என பரபரத்தாள்.. "பார்ன் பாப்பியான்னு கேட்டான் போதுமா??" என கோபமாக கேட்டு விட்டு அவள் பாட்டிற்கு படுக்கையில் வீழ்ந்து கொள்ள, "வாட்??" என முகத்தை சுருக்கினாள் அமீக்கா..

“பாலியல் பற்றி நம்மளோட பார்வை எப்படி இருக்குது?? முன்காலக்கட்டத்துல இல்லாத அளவுக்கு இன்றைய நாட்கள்ல அதிக பாலியநோய்கள் அதிகரிச்சதுக்-கான காரணம் என்ன?? அதிக மனநலமருத்துவமனைகளும் செயற்கை கருத்த-ரிப்பு மையமும் உருவானதிற்கான காரணம் என்ன??

உறவுகள் குறித்தும் பாலியல் குறித்தும் சரியான புரிதல் இல்லை.. இது பற்றி விழிப்புணர்வு ஏற்படுத்தவும் வெளிப்படையா பேசவும் தயக்கம் கொள்வது.. பாலியல் மற்றும் உடலுறவு பற்றிய பேச்சுகள் உச்சத்திற்கோ இல்லை அடிநி-லைக்கோ செல்கிறதே தவிர இயல்பான கோட்டில் பயணிப்பதில்லை.. வயதிற்கு மீறிய தகவல்களை தெரிந்து கொள்ளும் ஒரு தலைமுறையினர்.. வயது வந்த பின்னும் இதுகுறித்து அறிந்து கொள்ளாத மற்றொரு தலைமுறையினர்..

உடலுறவு குறித்த பார்வையும் வழிமுறைகளும் பல இருப்பினும் பாலியலில் பல சிக்கல்களும் சீரழியும் சிந்தனைகளும் உருவாகி வருகிறது.. தனது பிரச்சி-னைகளை வெளியில் பகிர்ந்து கொள்வதில் ஒரு பயம்.. பெற்றோர்கள் ஏற்று-கொள்வார்களா என்ற பதட்டம்.. இப்படியாக பல கேள்விகளுக்கு இடையே பல பாலியல் பிரிவுகள் சிக்கி தவித்து கொண்டிருக்கிறது..

-அமீக்கா

2

"வாட்??" என்ற மிகவேகமாக கேட்ட அமீக்காவின் முகபாவங்கள் மாற்றம் பெற, மறுநொடியே விழுந்து விழுந்து சிரிக்க துவங்கினாள். இந்த கேள்வியை கேட்டதும் "எவ்ளோ தைரியம் அவனுக்கு?? வா.. இன்னைக்கு ஒன்னுல ரெண்டு பார்த்துடலாம்.." என கொதித்து எழுவாள் என்று தன்வி நினைத்திருக்க, அவளின் சிரிப்பில் பெரிதாய் அதிர்ந்தாள்...

தன்வி பெயருக்கேற்றால் போல தன்மையானவள். பெண் என்பதற்கான அனைத்து பொருத்தங்களையும் கொண்டவள்.. பிறருக்கு தீங்கி விளைவிக்காத எண்ணம்.. அதிர்ந்து பேசினாலே அழுது விடும் ராகம்.. அமைதியின் மறுஉருவம்.. வெள்ளெந்தியான குணம் கொண்டதினாலேயே அடிக்கடி ஆபத்துகளில் சிக்கி அழுது கரைவாள்.. அப்பொழுது சூப்பர் ஹீரோ போல பாய்ந்து வந்து காத்து வாழ்வில் வசந்தம் வீச செய்வது அமீக்கா தான்.. அதனாலேயே சிறுவயதில் இருந்தே தொடரும் அமீக்காவின் அட்டூழியங்களை அவ்வீட்டின் சுவர்கள் கூறும்..

படுக்கையில் சாய்ந்திருந்தவள், "மீகா.. நான் சீரியஸா பேசுறேன்.. அவன் என்கிட்டே அப்படி தான் கேட்டான்.. எனக்கு ஒரு மாதிரியா போச்சுது.. எனக்கு என்னவோ இது சரியா வரும்னு தோணல.. அம்மா கிட்ட எப்படி சொல்றதுன்னு தெரியல மீகா..." என அழுவதற்கு தயாராகும் தன்வியின் பட்டு கன்னங்களில் தட்டினாள் அமீக்கா..

"பார்ன்னா பாப்காரன் மாதிரியான்னு கேக்குற உன்கிட்ட போய் அந்த கேள்விய கேட்டது அவனோட முட்டாள்தனம்.. நீ என்ன சொல்லியிருப்ப.. பேந்த பேந்த முழிச்சிட்டு நின்னுருப்ப.. ஹஹஹாஹ்..." என சிரிக்க, "மீகா.." என சிணுங்கினாள் தன்வி..

"ஸீ தன்வி.. பார்ன் அப்படின்றது கொலை குத்தம் அளவுக்கு தப்பானது ஒன்னும் இல்லையே.. கேசுவலான ஒன்னு.. டேக் இட் ஈசியா.." என தொடைகளில் தட்டி சமாதானம் செய்ய முயற்சிக்க, "என்ன கருமாந்திரமா வேணா இருந்துட்டு போகட்டும்.. அதுக்காக பர்ஸ்ட் டைம் மீட் பண்ற பொண்ணு கிட்ட இப்படி தான்

பேசுவாங்களா?? ச்சே.. என்ன மேனர்ஸ் இதெல்லாம்..'' என முகத்தை சுருக்கி கொண்டாள் தன்வி.

''தன்வி.. நீ ஏன் இந்த விஷயத்தை இவ்ளோ காம்ப்லீகேட் பண்றன்னு தெரியல.. கல்யாணம் பண்ணிக்க போற பையன் தானே.. லிட்ரலி மேரேஜ் அலை-யன்ஸ்க்கு வர்ற எல்லா பையனும் பொண்ணும் பினான்ஷியலா பிசியோலஜிக்கலா பேசிக்குற மாதிரி பிசிக்கல் பத்தியும் பேசிக்குறது தப்பில்லை.. எனக்கு என்னவோ இந்த கேள்வி தப்பா தெரியல.. கேட்ட இடம் தான் தப்பு.. ஈவன் பத்ரி கூட அந்த மாதிரி டைப்பா தெரியல்லை.. இதெல்லாம் பர்ஸ்ட் டைம் கேக்குறதுனால உனக்கு தான் வித்தியாசமா இருக்குது.. ஒரு விஷயத்தை நல்லா புரிஞ்சிக்கோ தன்வி.. இதுவும் ஹஸ்பன்ட் அண்ட் வொயப்குள்ள ப்ராபளம் க்ரியேட் பண்ற ஒன்னு தான்.. அதுக்காக பிசிக்கல் ரிலேஷன்ஷிப்பயே அலர்ஜியா பாக்குறது உன்னோட இம்மேச்சூரிட்டிய தான் காட்டுது..'' என அமீக்கா பேசி கொண்டிருக்க தன்வியின் முகத்தில் இருந்த குழப்ப ரேகைகள் சற்று தணிய துவங்கியது..

உடனே, ''கம் ஆன் தன்வி.. உன் வீட்டுக்காரர் பேமிலிக்கு அத்தை வகை வகையா ஸ்வீட்ஸ் அண்ட் ஸ்நாக்ஸ் பண்ணி வச்சிருக்குறாங்க.. இதுக்காகவே ஆறு மணி நேரமா பசியோட வந்து நிக்குறேன்.. நீ என்னடான்னா குழந்தை மாதிரி கொஸ்டீன் கேட்டு என் வயித்துல க்ளோரிக் ஆசிடை சுரக்க விட்டுட்டு இருக்குற..'' என வயிற்றை பிடித்து கொண்ட அரற்ற, மெலிதாய் புன்னகைத்த தன்வி, ''ராங்கி.. வா.. சாப்பிடலாம்..'' என கட்டிலை விட்டு இறங்கினாள்..

''ஒரு நிமிஷம்.. டிரஸ் சேஞ் பண்ணிக்கலாமா??'' என கேட்ட அமீக்கா, ''உன் நொத்தை பண்ணுன வேலைய பாத்தியா?? உன்னை நகை கடைக்கும் என்னை துணி கடைக்கும் நேர்ந்து விட்டுட்டு வர்ற காசுல சண்டே ஆட்டுகால் பாயா பண்-ணிடலாம்னு ப்ளான் பண்ணிடுச்சு.. ஷப்பப்பா.. ஒரே அன்கம்பர்டபிளா இருக்-குது..'' என நொந்து கொண்டே டாப்ஸை தலைவழியே கழற்றினாள்..

''ஐயோ..'' என விழிப்புடன் தன்வி திரும்பி கொள்ள, ''ஏ.. என்ன ஆச்சுன்னு இப்படி சீன் போடுற.. இங்க இருக்குறது ரெண்டு பேரும் பொண்ணுங்க தான்.. சோ ரொம்ப அலட்டிக்காத..'' என்றாள் அமீக்கா.. ''ச்சீ.. மீகா.. நீ ஹாஸ்டல் போய் ரொம்ப கெட்டு போயிட்ட..'' என்ற தன்வி கண்களை மூடியிருந்த கைகளை விலக்க, ''இதுக்கே இப்படி பேசுனா.. எங்க ஹாஸ்டல் வந்து பாரு.. ஒரே ரூம்ல தான் நாலு பேரும் ட்ரெஸ் சேஞ் பண்ணுவோம்.. திஸ் இஸ் கேர்லி திங்க்ஸ்.. எல்-லாருக்குள்ளேயும் சின்ன சின்னதா டெர்ட்டி ஹாபிட்ஸ் இருக்கும் சரியா.. இப்போ கூட அந்த கண்ணாடியில நீ பார்த்துட்டு தான இருக்குற..'' என்ற அமீக்கா டாப்ஸை தன்வியின் மேல் எறிந்தாள்..

தலையில் விழுந்த துணியை ஒதுக்கி விட்டு, ''நான் ஒன்னும் உன்னை பாக்-கலை.. என்னை தான் கண்ணாடியில பார்த்துகிட்டேன்..'' என உதட்டை சுழித்து

கொள்ள, "நீ இன்னும் பொய்யை சரியா சொல்லவே அப்க்ரேட் ஆகல.." என கன்னம் கிள்ளியவள், ஹாலிற்கு அழைத்து சென்றாள்.. அடுத்த இரண்டு மணி-நேரத்திற்கு அமீக்கா திட்டு மழைகளை வாங்கி குமிக்க, தன்வியோ பாசமழையில் திணறினாள்..

மாலையில்,

"ம்மா.. வர்றேன்.." என ஹெல்மெட் மற்றும் ஜாக்கெட்டுடன் கிளம்பிய அமீக்-காவை, "ஏண்டி.. காலேஜ்ல இருக்கும் போது தான் இப்படி சுத்துன.. இங்க வந்துமா?? நல்ல டிரஸ்ஸா, சுடிதார் ஸ்கர்ட் இந்தமாதிரி போட்டுக்கிட்டு கிளம்பு-றியா.." என வடகத்தை எடுக்க வந்த வாசகி வாழ்த்து மாலையை வாரி வழங்கி-னார், "அம்மா தாயே.. நீங்க சொல்ற நல்ல டிரஸ் போட்டா கால் மேல வரைக்-கும் தெரிஞ்சு ஊரே என்னை வேடிக்கை பார்க்கும்.. இப்படியே போனா தான்ஒரு பையன் கூட திரும்பி பாக்க மாட்டான்.." என கண்ணடித்து விட்டு கிளம்பினாள்..

"இந்த பொண்ணு நான் சொல்ற எந்த பேச்சையும் கேக்கவே மாட்டைக்குறா.. நீங்களாவது சொல்லலாம்ல.." என நொந்து கொண்ட வாசுகியை, "வாசு.. அமீக்கா நீ நினைக்குற மாதிரி பொண்ணு இல்லை.. வழக்கமான வாத்து கூட்-டத்துல வாழுற கொக்கு.. என்ன நடந்தாலும் உயர பறக்குற நோக்கம் மட்டும் மாறாது.." என சமாதானம் செய்தார் குகன்.. "ம்க்கும்.. நீங்க வீட்டுக்குள்ள சமா-ளிப்பு பேச்சு பேசிட்டு திரியுங்க.. அவ வெளிய சவடால் பேச்சு பேசிட்டு இருக்-கட்டும்.. நல்லா இருந்த புள்ளைய அப்படி பேசு இப்படி பேசுன்னு சொல்லியே பெத்த தாய்கிட்ட பேசுற முறையையே மறந்துட்டா.." என குற்றபத்திரிக்கையை வாசித்தார் வாசுகி..

அப்பொழுது கண்களை கசக்கி கொட்டாவி விட்டு வெளிய வந்த தன்வி, "அத்த, மீகா.. எங்க போறான்னு சொல்லிட்டு போனாளா??" என அக்கறையாக விசாரிக்க, "ம்ம்க்கும்.. என்னைக்கு என்கிட்டே சொல்லிட்டு போனா.. அவ இஷ்-டத்துக்கு வர்றது.. அவ நேரத்துக்கு கிளம்புறது.. என்னடின்னு கேட்டா இங்க ஒருத்தர் கொக்கு வாத்துன்னு உப்பு சப்பில்லாத கதையா சொல்லி கன்வின்ஸ் பண்ணிட வேண்டியது.." என புருவம் உயர்த்தி குகனை ஜாடை மாடையாக சாடி-னார் வாசுகி..

"அத்த.. அவுட்டிங் சேர்ந்து போவோம்னு சொல்லிட்டு நான் எந்திரிக்குறதுக்கு முன்னாடியே கிளம்பி போயிட்டா.." என ஏக்கமாக கூறவும், "கல்யாண பொண்ணு நல்ல சாப்பாடு தூக்கம்னு இருக்கட்டுமேன்னு விட்டுட்டு போயிருப்பா.." என்ற குகனை தன்விக்கு தெரியாமல் வயிற்றிலேயே கைமுட்டியை மடக்கி இடித்தார் வாசுகி..

“உங்க மாமாக்கு என்ன வேலை?? மகளுக்கு எப்ப பாரு சப்போர்ட் பண்றது மட்டும் தான்.. இதுங்களை விடு தன்வி.. கழுதை தனியா சுத்துறது தான் பெருமைன்னு நினைச்சிக்கிட்டு புல்லட்டை பந்தாவா எடுத்துட்டு போயிருக்குது.. கொஞ்ச நேரத்துல வரும்..” என வாசுகி கூற, “ஓகே அத்த.. மதி கூட வெளிய போயிட்டு வர்றேன்.. அம்மா கிட்ட சொல்லிடுறீங்களா??” என்று விட்டு கிளம்பி-னாள்..

அமீக்காவின் புல்லட் அந்த பேக்கரியின் முன் அதிரடியாய் நின்றது.. ஹெல்-மட்டை கழற்றியது பெண் என்கவும் மொத்த சாலையும் வாய்வழி சலைவா தெரி-யும் படியாக அசந்து நின்ற அலட்டலேயின்றி உள்ளே நுழைந்தாள்..

இரவு நண்பனின் பிறந்தநாள் பார்ட்டிக்காக கேக் வாங்க நின்ற பத்ரியின் தோள்களை தட்டி, “எக்ஸ்கியூஸ் மீ பத்ரி..” என அழைத்தாள் அமீக்கா.. “எஸ்..” என திரும்பியவன் அமீக்காவை அனுமானித்து கொண்டான்.. “சொல்-லுங்க மிஸ்ஸஸ்.அமீக்கா.. தன்வி சொல்லியிருக்குறா..” என நேரடியாக கூறிய பத்ரியை, “தட்ஸ் கிரேட்.. சோ இன்ட்ரோ எதுவும் நமக்கு தேவையில்லை.. வெல் நாம கொஞ்சம் பேசலாமா?? தனியா??” என பாராட்டிவிட்டு பணிவாய் தனது வேண்டுகோளையும் வைத்தாள்..

“யா..” என முன்னிருந்த ஐஸ்க்ரீம் பார்லரில் ஒரு மேஜையில் அமர்ந்திட, “சொல்லுங்க..” என்றவனின் முகத்தில் எந்த சலனமும் இல்லை என்றாலும் குர-லில் அளவுக்கு மீறிய ஆர்வம் தேங்கியிருந்தது.. “ம்ம்.. ஓகே..” என நிதானப்ப-டுத்தி கொண்ட அமீக்கா, “நீங்க ஏன் தன்விய சூஸ் பண்ணுனீங்கன்னு தெரிஞ்-சிக்கலமா??” என கேட்டாள்..

“ஹஹாஹ்.. கிராஸ் செக் பண்ண வந்தீங்களா?? ஆர் யூ டிடெக்டிவ்??” என மெலிதாய் சிரிக்க, “நோ.. அந்த மாதிரி எதுவும் இல்லை.. எனக்கு உங்களை பத்தி எதுவுமே தெரியாது.. பெரியவங்க எல்லாம் விசாரிச்சிருப்பங்க.. குடும்பம், குலம், கோத்திரம், ஜாதகம்.. ஈவன் உங்களோட கேரக்டர் பத்தி கூட உங்க கொலீக்ஸ் கிட்ட விசாரிச்சிருக்கலாம்.. அவங்களுக்கு அவ்வளவு தான் தெரியும்.. அண்டர்எஸ்டிமேட் பண்றதுக்காக சொல்லலை.. அவங்க பாய்ன்ட் ஆப் வியூல அவ்ளோ தான் விசாரிப்பு.. இதெல்லாம் சரியா இருந்தா நல்ல பையன் ஓகே.. கல்யாணம் பண்ணி வச்சதுக்கு அப்புறம் சைக்கலாஜிக்கலா நிறைய காம்ப்லீகே-சன்ஸ் வருது இல்லையா?? அது பத்தி அவங்க யோசிக்குறது இல்லை.. இப்போ சோசியல் மீடியானு ஒன்னு இருக்குது.. ஒவ்வொருத்தரும் ஒவ்வொரு பேக் ஐடில தன்னோட வக்கிரத்தை கொட்டிக்குறாங்க.. அதை போய் யாராலையும் கண்டுபி-டிக்கவோ கவனிக்கவோ முடியாது.. ஈவன் பேரெண்ட்ஸ் கூட கவனிக்காம இருப்-பாங்க.. சோ, நானே உங்க கிட்ட கேட்டு தெரிஞ்சிக்கலாமேன்னு வந்தேன்..” என

கூறி முடித்த அமீக்கா இளைப்பாறலுக்காக தண்ணீரை அருந்தினாள்..

"வெல்.. நீங்க சொல்றது கரெக்ட்.. இன்பாக்ட் நீங்க சொன்னதுக்கு அப்புறம் தான் இப்படி ஒரு ஆங்கிள் இருக்குதுன்னு தெரியுது.. தாராளமா என்னை பத்தி தெரிஞ்சிக்கலாம்.. என்னை பத்தி நானே பெருமையா சொல்றதுல எந்த அர்த்தமும் இல்லை.. நானும் ஒரு சராசரி மனுஷன் தான்.. கோபம் சிரிப்பு சந்தோசம் இப்படி எல்லா பீலிங்க்ஸ் எனக்கும் இருக்குது.. தன்வி பத்தி சொல்லணும்னா.. ஜஸ்ட் ஒரு மேஜிக் மாதிரி.. பார்த்ததும் பட்டர்பிளை பறந்துச்சுன்னு சொல்ல முடியாது.. எனக்கு சரியான மேட்ச்னு தோனுச்சு.. வேற.. இனி பேசி பழகி புரிஞ்சிக்கலாம்னு ஒரு நம்பிக்கை இருக்குது.." என்றவனின் உறுதியான பேச்சு அமீக்காவிடத்தில் நம்பிக்கையை தோற்றுவித்திருந்தது..

"வெல்.. நான் வந்த விஷயம் எதுக்காகன்னா.. உங்களோட "பார்ன் பார்ப்பியா??"ன்ற கேள்வி.. தன்விய நான் சின்ன வயசுல இருந்து பார்த்துட்டு வர்றேன்.. என் கூடவே வளர்ந்த பொண்ணு.. அத்தயோட பயத்துனால ரொம்ப தூரமா எங்கேயுமே அனுப்புனதில்லை.. சோ அவளுக்கு இந்த மாதிரியான திங்கிங் கிடையாது.. ஒரு பெரிய கம்பெனியை ரன் பண்ற அளவுக்கு மெச்சூரிட்டி இருக்குது தான்.. பட் அந்த விஷயத்துல இன்னும் அவ குழந்தை தான்.. லைட் ஆப் பண்ணுனாலே தட்ஸ் ஓவர்னு நினைக்குற கேட்டகிரி.. சோ இந்த ஸ்பீட் அவளுக்கு கொஞ்சம் ஓவர் டோசா இருக்கலாம்.. நீங்க நல்ல டைப்பா தெரியுறீங்க.. இந்த ஒரு சின்ன மிஸ்அண்டர்ஸ்டாண்டிங்னால ரெண்டு பேரும் மிஸ் ஆக வேணாம்னு சொல்லிட்டு போகலாம்னு வந்தேன்.." என்ற அமீக்கா எழ எத்தனித்தாள்..

"எக்ஸ்கியூஸ்மீ.. நான் கொஞ்சம் பேசலாமா??" என்ற பத்ரியின் குரலில் அமீக்கா புன்னகையோடு மீண்டும் அதே இடத்தில் அமர்ந்தாள்..

"எனக்கு இந்த விஷயம் புரியல.. எங்க ரெண்டு பேருக்குள்ள பெர்சனல் உங்களுக்கு எப்படி தெரிய வரலாம்?? நீங்க சொல்ற மாதிரியே தன்வி இன்னும் மெச்சூரிட்டி ஆகாமலே இருந்தாலும் அது என்னோட ப்ராபளம்.. அவளை ஹாண்டில் பண்ண போறது நான் தான்.. எங்க ரெண்டு பேருக்குள்ள நீங்க.. அதுவும் எங்க பெர்சனல்குள்ள தலையிடுறது.. எப்படி இருக்குன்னா.. நான் தன்விக்கு ஓவர்அப்டேட்டடா தெரியுற மாதிரியே தான் ஒரு பொண்ணா இருக்குற நீங்க இந்த விஷயங்களை முன்ன பின்ன தெரியாத என்கிட்ட ஓப்பனா பேசுறது ஓவர்அப்க்ரேடா தெரியுது.. நான் உங்களை ஹர்ட் பண்ணனும்னு சொல்லலை.. உங்களோட இந்த பிராட் மைண்டட்க்கு இந்த சொசைட்டி இன்னும் பழக்கப்படலை.. ப்ளீஸ், இனி இந்த மாதிரி எங்களுக்கு நடுவுல எந்த மெசெஞ்சர் வேலையும் பண்ணாதீங்க.. புரிஞ்சிப்பீங்கன்னு நம்புறேன்.." என்று விட்டு எழுந்து சென்றான்..

அமீக்காவிற்கு தான் சங்கடமாய் போனது.. இதுவே பத்ரி “எங்களுக்கு நடுவுல வர நீ யாருடி??” என கத்தி சண்டையிட்டியிருந்தால் பதிலுக்கு விவாதம் புரிந்தோ விதண்டாவதாம் பேசியோ புரிய வைக்க முயற்சித்திருப்பாள்.. அவனுக்கு புரிய-வைக்க வந்த இடத்தில் அவனோ நாகரீகமாக சுருங்க சொல்லி புரியவைத்து விட்-டான்.. இவனை விடவா தன்விக்கு சிறந்தவன் கிடைத்து விட போகிறான் என்ற யோசனையில் இருந்தவளை கலைத்தது ஒருவனின் குரல்..

“ஹாய்.. ஐ யம் ஷ்ரவன்...” என கைகளை நீட்டியவன் மீது “இருந்துட்டு போ.. அதுக்கு..” என்பது போலான அமீக்காவின் பார்வை பதிந்தது.. “ஏங்க.. ஒருத்தர் கை கொடுத்தா பதிலுக்கு கை குடுக்கணும்.. குறுகுறுன்னு சைட் அடிக்க கூடாது..” என்ற பின் பெயருக்கு கைகளை குலுக்கி கொண்டாள்..

“கொஞ்ச நேரத்துக்கு முன்னாடி அவர்கிட்ட நீங்க பேசிட்டு இருந்ததை கேட்-டேன்..” என்றவனுக்கு அமீக்காவின் புருவ நெறிப்பே “ஒட்டுக்கேட்டிருக்கிறன்னு சொல்லு...” என்பதை உணர்த்தியது.. “இது எப்படிங்க ஒட்டுகேட்டதுல வரும்.. பப்ளிக்ல பேசிட்டு இருக்கும் போது அந்த வழியா க்ராஸ் ஆகி போற எல்-லாருக்குமே கேக்கும்.. அப்போ எல்லாருமே ஒட்டுகேக்குறவங்களா?? என்னங்க நீங்க?? அவர்கிட்ட அவ்ளோ பெரிய விஷயத்தை அசால்ட்டா புரிய வச்சிட்டு இந்த சின்ன விஷயத்துக்கு போய் என்கிட்டே சண்டை போட்டு பேசாம இருக்கு-நீங்களே..” என கூறியவனை, “நான் எப்போ சண்டை போட்டேன்..” என கடிந்-தாள்..

“ப்பா.. பேசிட்டீங்க.. கண்ணால.. ஐப்ரோவால எல்லாம் பேசுறீங்க.. வாயால பேச மாட்டேறீங்களேன்னு ஒரு பொய் சொன்னேன்.. ஒர்க் அவுட் ஆய்டுச்சு..” என்றவனின் பேச்சு சற்று நேரத்திலேயே அமீக்காவிற்கு பிடித்தம் ஆகியது.. பின் ஒருவருக்கொருவர் அறிமுகமாகி கொள்ள, பலவிஷயங்களில் அமீகாவின் சாயலை ஒத்தே இருந்தான்.. அதனால் இருவரும் விரைவாகவே இணைந்து விட, “ஓகே.. இப் யூ டோன்ட் மைன்ட்.. என்னை டிராப் பண்ண முடியுமா?? என்-னோட பைக் ஷெட்ல இருக்குது..” என ஷ்ரவன் கேட்க, “அப்போ டிராப் பண்-றதுக்காக தான் இவ்ளோ நேரம் பேசுனீங்க..” என முறைத்தாள் அமீக்கா..

“யா.. அப் கோர்ஸ்.. இப்படி ஒரு புல்லட்டை மிஸ் பண்ணிட்டு பஸ்ல யாரா-வது போவாங்களா?? இன்னைக்கு நான் டிராப்க்காக பேசுறேன்.. நாளைக்கு நீங்க வாங்க.. நான் டிராப் பண்றேன்..” என்றதும் சிரித்தே விட்டாள் அமீக்கா.. இந்த காட்சியை தன்விக்கு ஜாதகம் பார்க்க சென்று கொண்டிருந்த வாசுகியும் குகனும் பார்த்து விட, “ஏங்க பாருங்க.. உங்க பொண்ணு தான்.. நடு ரோட்ல ஒரு பையனை பைக்ல ஏத்திட்டு போறா..” என வழக்கமான தொனியில் படபடக்க துவங்கினார் வாசுகி..

“உனக்கு அறிவே வேலை செய்ய மாட்டேங்குதுடி.. யாராவது பிரெண்டா இருக்கும்.. நீயே தப்பா பேசிடாத.. இது மட்டும் அவ காதுல விழுந்துது இன்னைக்கு நைட் கச்சேரி தான்.. அப்படி எதுவும் இருந்தாலும் என் பொண்ணு என்கிட்டே தயங்காம சொல்லுவா..” என வாசுகியை ஒரு புறம் வாயடைத்தாலும் அவரின் பேச்சில் ஒரு பெருமை கலந்திருந்தது..

வீடு திரும்பிய அமீக்காவோ ஷ்ரவனின் பேச்சுகளில் இருந்த அழகில் லயித்திருந்தாள்.. புல்லட்டின் கீயை விரலில் சொடுக்கியவாறே உள்ளே நுழைய, நடுகூடத்தில் தன்வி மதியோடு இதழ் இணைத்திருந்தாள். எழுந்த அதிர்ச்சியை புறந்தள்ளி “ஓ.. மை காட்.. இதை யாரும் பார்த்துட கூடாது..” என அமீகா மனதிற்குள்ளே வேண்டுதலை வைக்க, துரதிஷ்டவசமாக வெளியே வந்த நிர்மலாவின் கைகளில் இருந்து காபி டம்பளர் கீழே விழுந்து உடைந்தது..

LGBTQனா என்ன??

L- லெஸ்பியன்ஸ்

G- கே

B- பைசெக்ஸுவல்

T- ட்ரான்ஸ்ஜெண்டர்

லெஸ்பியன் கேட்டகிரி பெண்கள் மீது பெண்களே காதல்வயப்பட்டு உறவு நிலைக்கு செல்வது.. கே கேட்டகிரி ஆண்கள் ஒருவருக்கொருவர் காதலில் வீழ்ந்து உறவு கொள்வது.. பைசெக்ஸுவல் ரெண்டு பாலினமும் கொண்ட மனிதர்கள்.. ட்ரான்ஸ்ஜெண்டர் பிறப்பால் ஒரு பாலினமும் வளர்ச்சியடையும் பொழுது மற்றொரு பாலினமாகவும் மாற்றம் கொள்வது..

இந்த மாதிரியான சில வகைகள் பத்தி இன்னமும் சிலருக்கு சரிவர தெரியுறதில்லை.. ஓரின சேர்க்கையாளர்கள் சாதாரண பாலின மக்கள் கிட்ட இருந்து எந்த விதத்துலேயும் மாறுப்படலை.. வழக்கமான மனிதர்கள் எதிர் பாலினத்தவர் மேல ஈர்ப்பு ஏற்பட்டு காதல்ல விழுற மாதிரி இவங்க தங்களோட பாலினத்தவர் மீதே ஈர்ப்பாகுறாங்க..

அதாவது பெண்களே பெண்களை காதலிக்குறது.. சேர்ந்து வாழுறது.. இது சமூதாயத்திற்கு முரண்பாடான ஒன்றுன்னு வகைப்படுத்துறாங்க.. இது பற்றிய சரியான விழிப்புணர்வு இல்லாம தவறான புரிதல் இருந்து வருது.. இந்த வகையினை சார்ந்தவங்களோட வாழ்க்கை முறை ரொம்பவே வித்தியாசமானது.. அவங்களோட வாழ்க்கையில ஆண்கள் இருந்தாலும் பெண்களோட உறவுல இருக்குறதை தான் விரும்புறாங்க..

இந்த மாற்றம் அவங்களோட உடல்ரீதியா நடக்குறதில்லை.. இதுக்கு எந்த ஹார்மோனும் பொறுப்பாகுறதில்லை.. மனரீதியான ஒரு மாற்றம்.. மனதின் ஆழத்துல இருந்து ஆண்கள் மீது ஒரு ஈர்ப்பு இல்லாம பெண்கள் மீது விருப்பம் திரும்-

புது.. முக்கியமா ஆண்களோடனனான உறவை வெறுக்குறாங்க.. இயல்பான உறவு இவங்களால ஏத்துக்க முடியாத ஒன்னு..

-அமீக்கா

3

"போச்சு.." என நாக்கை கடித்து தலையை அழுந்த பிடித்த அமீக்கா, நிர்மலா-வின் நிலை அறிந்ததும் வேகமாக சென்று தாங்கி பிடித்தாள்.. திடுக்கிட்ட தன்வி செய்வதறியாது அதே இடத்தில் சிலையாகி நிற்க, இதற்கு மேலும் இங்கிருந்தால் இரவு இடியாப்பமாகி விடுவோம் என தோன்றவும் "அப்புறமா பாக்கலாம் தன்வி.." என்று விட்டு அங்கிருந்து கிளம்பினாள் மதி..

தன்வியின் கோலத்தினை கண்ணுற்ற நிர்மலா பாதி மயக்கத்திற்கே சென்று வர, தன்வியின் கன்னத்தில் பளார் என்று அறைந்திருந்தார்.. அந்த அடியில் "அத்த.." என அமீக்கா தடுத்திட முயல, "நீ பேசாத அமீக்கா.. என்ன காரியம் பண்ணிட்டு இருந்தா.. சொல்லவே நாக்கு கூசுது.. நீயெல்லாம் என் வயித்துல தான் வந்து பொறந்தியாடி.. உன்னை நினைக்கவே வெக்கமா இருக்குது.. படிச்சு நாலு பேருக்கு முன்னால பெருமைபட வைப்பன்னு நினைச்சேன்.. இப்படி உடம்-பெல்லாம் கூசி போற மாதிரி பண்ணிட்டியே.. என்னை தடுக்காத விடு.. இவளை கொன்னா தான் என் ஆத்திரம் அடங்கும்.." என தன்வியின் மீது பாய்ந்தார்..

"அத்த.. ப்ளீஸ்.." என்ற அமீக்கா சரியாக தடுத்து விட, அந்த பலத்த அடி நல்ல வேளையாக தன்வியை சென்றடையவில்லை.. பயந்து கூனி குறுகி நின்-றாள் அவள்.. அதை மட்டும் தானே செய்ய முடியும்.. "நல்ல வேலையா குகனும் வாசுவும் வீட்ல இல்லை.. அவங்க இந்த கொடுமையா பாத்திருந்தா நான் என்ன பண்ணுவேன்.." என அரற்ற துவங்கிய நிர்மலாவை, "அத்த, என்ன பேசுறீங்க.. அம்மாவும் அப்பாவும் பார்த்தா என்ன?? பார்க்கலைன்னா என்ன?? அது விஷ-யம் இல்லை.. தன்வியை நாம கவனிக்கணும்.. இந்த நேரத்துல நாம தானே அவளுக்கு நல்லது கெட்டது எடுத்து சொல்லணும்.. இப்படி திட்டினா பயம் தான் வரும்.. தப்பு பண்ணகூடாதுன்னு தெரியுமா??" என மடக்கினாள் அமீக்கா..

"அப்படி சொல்லாத அமீக்கா.. நடு வீட்டுக்குள்ள வச்சு.. ச்சே.. நல்ல வாழ்க்கை அமைய போகுதுன்னு சந்தோசப்படுற நேரத்துல எல்லாத்தையும் போட்டு உடைச்சிட்டா.. இவ அப்பா சேர்த்து வச்ச மானமும் மரியாதையும் மண்-ணோட மண்ணா போச்சே.. உண்மையாவே நீ என் வயித்துல தான் பொறந்-

தியாடி..” என தலையில் அடித்து அழ துவங்க, “ப்ளீஸ் அத்த.. நீங்க என்ன பேசுறீங்க இப்போ என்ன செஞ்சிட்டு இருக்குறீங்கன்னு புரியுதா.. நம்ம நாலு பேருக்கு மட்டும் தெரிஞ்ச விஷயத்தை இன்னும் நாலு பேர் கேக்குற மாதிரி சத்தம் போட்டு சொல்லிட்டு இருக்குறீங்க.. காம் டவுன்.. ஜஸ்ட் ஒன் கிஸ்.. இது ஒன்னும் பெரிய விஷயம் இல்லை.. மாமாவோட மானம் மரியாதை போறதுக்கும் தன்வியோட மொத்த வாழ்க்கையும் கெட்டு போற அளவுக்கும் இதுல என்ன இருக்குதுன்னு தெரியல.. ப்ளீஸ் அத்தை.. இந்த சின்ன விஷயத்தை வச்சு நல்ல வாழ்க்கையை கெடுத்துக்க வேணாம்..” என அமைதிப்படுத்தினாள் அமீக்கா..

“எந்த சின்ன விஷயத்தை வச்சிட்டு நல்ல வாழ்க்கையை கெடுக்க போற அமீக்கா..” என்ற வாசுகியின் குரலில் மூவருமே திடுக்கிட, நிர்மலாவும் தன்வியும் கண்களில் கண்ணீரோடு பேந்த பேந்த விழித்து கொண்டிருந்தனர்..

பெற்றோர்களின் இயல்பான நிலையிலேயே சங்கடமான எதையும் கேட்டுவிடவில்லை என்று யூகித்து கொண்ட அமீக்கா, “அதுவா.. ப்பா.. நீங்களே கேளுங்க.. உங்க அக்காவை.. டீ போட்டு செர்வ் பண்றது எப்படின்னு கிளாஸ் எடுத்துட்டு இருந்தாங்க.. இவங்க அத்தைக்கு தான் இந்த ஆல் இண்டியா ரேடியோ கூட சேர்ந்து புத்தி மழுங்கி போச்சுதே.. சூடா கொண்டு வரும் போது பதட்டப்படுற மாதிரி பேசிட்டாங்க.. தன்வி தெரியாம டம்ப்ளரை கீழ போட்டுட்டா.. உடனே மானம் போச்சு மரியாதை போச்சுன்னு ஒரே ப்ளாக்மெயில்..” என கண்களில் ஜாலம் காட்டி அன்னை தந்தையை போக்கு காட்டி இருவரிடமும் சைகையும் காண்பித்தாள்....

“ம்ம்..” என இருவருமே தலையசைக்க, “என்ன அண்ணி?? நானும் வந்த புதுசுல இதை விட மோசமா தானே இருந்தேன்.. நீங்க தான் பக்குவமா சொல்லி கொடுத்தீங்க.. தன்விக்கு ஏன் இவ்ளோ கண்டிப்பு.. சீக்கிரமே கத்துக்குவா..” என தன்வியின் தோள்களில் அழுத்தம் கொடுத்த வாசுகி, “அதுக்காக உடனே அண்ணியை கெடுத்த மாதிரியே பேசுறா..” என அமீக்காவின் தலையிலும் ஒரு கொட்டை வைத்தார்.. தன்வியின் பெயரில் வாசுகிக்கு பாசம் என்பது அதிகம்.. எப்பொழுதும் அரைடவுசரும் டீஷர்ட்டும் அணைந்து வலம் வரும் அமீக்காவை விட தன்வியே அவரின் அலங்காரத்தில் அமர்வதால் கூட இருக்கலாம்...

“அக்கா அப்படிதான்.. விடு தன்வி..” என்ற குகன், “அக்கா, ஜாதகம் ரொம்ப அம்சமாவே பொருந்தி வருது.. சீக்கிரமே கல்யாணம் வச்சிக்க சொல்லிட்டாங்க.. மாப்பிள்ளை வீட்ல பேசிட்டோம்.. மாப்பிள்ளை பிஸ்னஸ் விஷயமா டெல்லி போயிருக்குறாரு போல.. ரெண்டு வாரத்துல சின்னதா எங்கேஜ்மென்ட் வச்சிட்டு மாப்பிள்ளை பிஸ்னஸ் ட்ரிப் முடிச்சிட்டு வந்ததும் கல்யாணத்தை வச்சிக்கலாம்னு சொல்லிட்டாங்க..” என மகிழ்ச்சியோடு கூற, நிர்மலா வலிய புன்னகையை ஒன்றை உதிர்த்தார்..

கண்ணீரை கட்டுப்படுத்த இயலாமல் குனிந்து கொண்ட தன்விக்கு வெட்கம் என்பதாய் எடுத்துகொள்ளப்பட, "ப்பா.. ம்மா.. அது வரை தன்வி.. என் ரூம்ல இருக்கட்டுமே.. சின்ன வயசுல தான் நான் கெடுத்துருவேன்னு விடலை.. இப்போ கொஞ்ச நாளைக்கு மட்டும்.. ப்ளீஸ்.. அவளையும் அத்த ஏதாவது சொல்லி திட்டிட்டு இருக்காங்க.." என தன்வியை தனது பக்கம் இழுத்து கொள்ள, "சரி.." என திருமணம் வரை ஒன்றாக இருக்கட்டுமே என்று அமீக்காவின் உணர்வுகளுக்கு மதிப்பு அளிக்கப்பட்டது..

நாட்கள் சக்கரம் கட்டிக்கொண்டு வேகமாக பறக்க, பெரியவர்கள் சம்பிரதாயங்களில் மும்முரமாகி விட்டனர்.. அமீகாவிற்கும் தன்விக்கும் தனிமை அளிக்கப்பட, பேசாத கதைகள் பலநூறு பேசப்பட்டது.. ஒரு நிமிடம் கூடா விலாகாது இருவரும் ஓட்டிக்கொண்டே திரிய, ஒருவரையும் தனியே காண இயலாது என்றானது.. பத்ரி வந்து விட்டால் மட்டும் மரியாதையின் நிமித்தமாக அங்கிருந்து நகர்ந்து விடுவாள் அமீக்கா.. தன்விக்கோ பத்ரி தானாக வந்து பேசினாலும் தயக்கமா ஒதுக்கமா என தெரியாது சங்கடத்தில் நெளிந்தாள்.. சில நேரங்களில் காதலாக இடைவளைத்து விட்டால் சங்கோஜமாக உணர்ந்திட்டாள்.. திருமண படபடப்பில் உணர்ச்சிவசப்பட்டு தடுமாறி மதியோடு அன்று அப்படி நடந்திருக்கலாம் என யூகித்து கொண்டு அந்நிகழ்வை நினைவுப்படுத்தும் எந்த காரணியையும் அண்ட விடவில்லை..

ஆனால் நிச்சயதார்த்த நிகழ்வில் மதியை காணும் நிர்மலா நடுங்க, அது அவரின் நடவடிக்கைகளை தனித்து விநோதமாக மற்றவர்களுக்கு காட்சிப்படுத்த துவங்கியது.. அமீக்கா சில நேரங்களில் நிர்மலாவிற்கு எடுத்து கூறி புரிய வைக்க முயன்றாலும் பலனில்லை.. தன்வியோ தாயின் முகத்தை காணவே இயலாத குற்ற உணர்வுக்குள் ஆட்பட்டிருந்தாள்..

பத்ரிக்கும் தன்விக்கும் நிச்சயதார்த்தம் இனிதே நடந்திட, வாழ்த்து கூற வந்தவர்களும் குடும்பத்தினரும் நிகழ்வு நிறைவடைந்ததும் நிறைவான மனதோடு கிளம்பினர்.. அப்பொழுது தான் கூட்டத்தில் ஷ்ரவன் நின்றதையும் கவனித்தாள் அமீக்கா..

"ஹாய் ஷ்ரவன்.. நான் உங்களை இன்வைட் பண்ணவே இல்லையே.." என ஆச்சர்யம் கலந்த சந்தேகத்தோடு வினவ, "ஒரு பார்ட்டிக்கு நான் டிராப்பிங் பண்ணலாம்னு வந்தேன்.. ரொம்ப நேரமா கவனிச்சிட்டே இருக்குறேன்.. கடைசி வரை அவங்க என்னை பார்க்கவே இல்லை.." என உதட்டை பிதுக்கினான் அவன்..

வீட்டிற்கு வந்தவனை வெட்டி பேச மனமில்லாதவளாக, "சாரி.. ஷ்ரவன்.. சம் இஷ்யூஸ்.. சோ நெக்ஸ்ட் மீட் பண்ண முடியல.. நைட் டைம் ட்ராவல் பண்ணலாம்.. இதுவே என்னோட காலேஜ் சிட்டியா இருந்தா.. இங்க நோ சான்ஸ்.. பிகாஸ் என் அம்மா இருக்குறாங்களே.. பொண்ணுங்க கூட பேசினாலும் தப்பு.. பசங்க கூட பேசினாலும் தப்பு.. அவங்க லாங்குவேஜ்ல பிரெண்ட்ஸ் அவங்க

பொண்ணோட லைப்ல ப்ராஹிபிட்டட் எரியால நின்னுடனும்.. இப்போ மட்டும்..” என பேசி கொண்டிருந்தவளின் வழமை “இந்த லெகங்கால நீ ரொம்ப கியூட்டா இருக்குறீங்க மீகா..” என்ற ஷ்ரவனின் வார்த்தையில் தடைப்பட்டது..

இதுவரை தன்னுடைய அழகை குறித்த பாராட்டுக்களை வாங்கியிராத அமீக்காவிற்கு வித்தியாசமான உணர்வுகளை கொடுக்க “இருந்தாலும் ரைடர் அமீக்காவை தான் எனக்கு பிடிச்சிருக்கு..” என அனுமதியேயின்றி கன்னத்தில் முத்தமிட்டு அதிர்ச்சியை இரட்டிப்பாக்கியிருந்தான்..

“இவன் என்ன லூசா??” என மனம் கேட்டாலும் தண்டிக்க மனம் வரவில்லை.. யோசனையோடு நின்றவளின் போன் சிணுங்க, போனில் தெரிந்த குரலால் தலை தெறிக்க ஓடி கொண்டிருக்கிறாள்..

போனில் “மீகா, ஐ யம் டன்.. இதுக்கு மேல நான் வாழுறதுல எந்த அர்த்தமும் இல்லை..” என அழுகையினூடே தன்வி பிதற்ற, “நீ எங்க இருக்குற??” என்றவளின் கண்கள் அனிச்சையாக மேலே நோக்க, வீட்டின் மொட்டை மாடியில் நின்றிருந்தாள் அவள்..

“தனு.. நான் சொல்றதை கேளுடி.. கீழ இறங்கு.. அங்க நிக்காத..” என அமீக்கா எச்சரிக்க, “இல்ல மீகா.. இது தான் சரி.. என்னால தானே இவ்ளோ கஷ்டம்.. அம்மாவால என்னோட முகத்தை பாத்து கூட பேச முடியாத அளவுக்கு நடந்துகிட்டேன்.. தைரியமா பத்ரியை பேஸ் பண்ண முடியலை.. கில்ட்டியா இருக்குது.. யாருக்குமே உண்மையா இல்லாம ஒரு ரிலேஷன்ஷிப்ல நுழைய கூடாதுன்னு நீ தானே சொன்ன.. என்னால இந்த கல்யாணத்தை பண்ணிக்க முடியாது.. நீ என்னோட மீகா.. போறப்போ சொல்லிட்டு போகணும்னு தோணுச்சு.. அதுனால மட்டும் தான் கடைசியா உன்னோட குரலை கேட்டுட்டு போறேன்.. நான் வாழ தகுதி இல்லாதவ மீகா.. தயவு செஞ்சு என்னை காப்பத்துறேன்னு மேல வர ட்ரை பண்ணாத.. நான் குதிச்சுடுவேன்..” என மிரட்டவும் செய்தாள்..

“யோ.. தனு.. நீ இல்லாம நான் என்னடி செய்வேன்..” என ஏக்கமாக கேட்க, “என்னை மன்னிச்சுடு..” என்ற தன்வி பாதங்களை அடியெடுத்து வைக்க, அமீக்காவின் மொத்த உலகமும் இருள துவங்கியது.. அந்த நொடி, எங்கிருந்தானோ இறைதூதன் போல மாடியில் தோன்றிய ஷ்ரவன், கீழே விழுந்திருந்த தன்வியின் கரத்தை பிடித்து அந்தரத்தில் நிறுத்தியிருந்தான்..

கீழே விழ முரண்டு பிடித்த தன்வியை தன்னால் ஆனமட்டும் விடாது பிடித்திருக்க, நான்கு படிகளாக தாவிய அமீக்கா இரண்டு இடங்களில் கால்கள் இடறியும் பொருட்படுத்தாது ஷ்ரவனுக்கு மற்றொரு கரமாக மாறி அவளை மேலே தூக்கினாள். விவரமறிந்த பெற்றோர்கள் அங்கே விரைந்திட, “என்னை விடு மீகா, நான் சாக போறேன்.. எனக்கு இந்த கல்யாணம் பண்ணிக்க தகுதி இல்லை..” என அரற்றி கொண்டிருக்க, நிர்மலாவோ ஒரு ஓரத்தில் ஒடிந்து அழதுவங்கினார்..

"தனு.. ஸ்டாப் இட்.." என்ற அமீக்கா தன்வியின் கன்னங்களை பதம் பார்த்து விட, "ஷ்ரவன்.. தூக்குங்க.." என்றாள்.. "ஆண்ட்டி.. அவங்களை கவனிங்க.." என்ற ஷ்ரவன் பத்திரமாய் தன்வியை அறைக்கு எடுத்து சென்றான்..

ஷ்ரவன் மெல்ல தன்வியை படுக்கையில் கிடத்த, "மீகா.. மீகா.." என குலுங்க தொடங்கினாள்.. "ஒரு வார்த்தை பேசுன.. உயிரோட எரிச்சிருவேன்.. பேசாத.." என்ற அமீக்காவின் ஆத்திரம் அடங்காமல் மூச்சு மேலும் கீழும் வாங்கியது.. கண்களில் கண்ணீரோடு பாவமாக நோக்கிய தன்வியை, "மிஸ்.தனு.. எதுக்காக இப்படி ஒரு முடிவு எடுத்தீங்கன்னு தெரியல.. ஆனா எதுவா இருந்தாலும் பொறுமையா பேசி தீர்த்துருக்கலாமே.. நல்லவேளை யாருன்னே தெரியாத நான் அங்க வந்தேன்.. இல்லைன்னா என்ன ஆய்ருக்கும்னு யோசிச்சீங்களா?? உங்களோட போன் வந்த ஒரு நிமிஷம் ரொம்ப பயந்து போய்ட்டாங்க.. இப்போ வரை அந்த நடுக்கம் கையில இருக்குது பாருங்க.." என்றிடவுமே அவளை கவனித்தாள்..

அமீக்கா ஆத்திரத்திலோ கோபத்திலோ இல்லாமல் அடங்கி நடுங்கி போயிருந்தாள்.. "மீகா.." என்ற அழுகையோடு கட்டி கொண்ட தன்வி, "சாரிடி.. இனி இப்படி பண்ண மாட்டேன்.." என வாக்களித்தாள்.. கோபமாகவே பிரித்து விட்ட அமீக்கா, "நீ இல்லைன்னா நாங்க எல்லாம் என்ன ஆவோம்னு யோசிச்சியா?? நான் பண்ற சேட்டைக்கு எல்லாம் யார் என்னை காப்பாத்தி விடுவா.. ஆவியா வந்து பண்ணுவியா??" என அமீக்கா செல்லமாக அடிக்க, "பேயா உனக்குள்ளே புகுந்துக்குறேன்.. போதுமா??" மீண்டும் கட்டிக்கொண்டாள் தன்வி..

தன்வியின் மொத்த தைரியமாகி போயிருந்த அமீக்கா நடுங்கியிருப்பது அவளுக்கு தெரிந்தால் மொத்தமாக உடைந்து விடுவாளே என்பதற்காக மட்டுமே கேலியாக பேசி கவனத்தை திசை திருப்பியிருந்தாள்.. ஆனாலும் உள்ளிருக்கும் இதயம் விட்டு விட்டு துடித்த நடுக்கத்தில் உறைந்து கொண்டிருந்தது.. ஒரு நிமிடம்.. கணநொடியில் ஷ்ரவன் அங்கு போயிருக்கா விட்டால் இந்நிமிடம் இவளின் நிலை என்ன?? கோபமாக பேசலாம்.. சண்டையிடலாம்.. ஆனால் தனு இல்லாத ஒரு உலகத்தை இது வரை யோசித்து பார்க்காத கோழை அல்லவா இவள்.. வெளியே ஆயிரம் தத்துவங்கள் பேசினாலும் உள்ளேயோ தைரியமே இல்லாத தன்வியின் அன்புக்கு அடிமையாயிற்றே..

அப்பொழுது, "அமீக்கா.. அக்காவ வந்து பாரு.." என கூறிய குகனின் குரலில் தெரிந்த பதட்டத்தினால் மூவருமே ஓட்டமும் நடையுமாக செல்ல, தன்வியின் அறையில் இருந்த மரஅலமாரியை அடித்து உடைத்து கொண்டிருந்தார் நிர்மலா.. கோபத்தின் உச்சியில் ஆத்திரமாக உடைத்து கொண்டிருக்கும் அண்ணியின் அருகே எவ்வாறு செல்வது என்று கைகளை பிசைந்து கொண்டிருந்தார் வாசுகி..

"அத்த.." என்ற அமீக்காவின் வார்த்தைக்கு மதிப்பே இன்றி போனது.. நாற்பது வருடங்களுக்கு மேலாக கூடவே வாழும் தம்பி.. தங்ககம்பி.. குகனின் வார்த்-

தைக்கே மதிப்பில்லாத பொழுது நேற்று பெய்த மழையில் உருவான காளான் அமீக்கா எங்கே?? பைத்தியம் பிடித்தாற்போல அனைத்தையும் கலைத்து போட்ட நிர்மலா, "இது எதுவும் இல்லாம இருந்திருந்தா இன்னைக்கு ஒழுங்கா இருந்திருப்பால்ல.." என கத்தினார்..

"ஆண்ட்டி.. இது சுத்த முட்டாள்தனம்.. இந்த புக்ஸ் உங்க பொண்ண மாத்துறதில்லை.. எது சரி.. எது தப்புன்னு சொல்லி கொடுக்கும்.. அவ்ளோ தான்.. இன்னைக்கு அவங்க பண்ணின காரியத்துக்கு புக்ஸ் எந்த விதத்துலேயும் காரணம் இல்லை.. சூசைட் பண்ணனும்னு நினைச்ச பல பேரை இந்த புக்ஸ் தான் மாத்தியிருக்குது.. தனு சூசைட் பண்ண போனதுக்கு ரீசன் என்னன்னே தெரியாம ஒரு முடிவுக்கு வந்துடுறதா.. புத்தகம் படிப்ப சொல்லி கொடுத்தாலும் அனுபவம் அம்மா கிட்ட இருந்து தானே கிடைக்கும்.. இந்த மேரேஜ்னால உங்களை பிரிஞ்சு போகணுமே.. தனியா இருக்குற அம்மாவுக்கு பினான்ஷியலா எதுவும் பண்ண முடியாதேன்னு கில்ட்டியா பீல் பண்ண வச்சிருக்கலாம்.. சோ இந்த முடிவை எடுத்துருக்குறாங்க.. அவங்க எடுத்த முடிவை சரின்னு நீங்களே நினைக்க வச்சிடுவீங்க போலேயே.." என பேசிய ஷ்ரவனை, "கூட்டத்துல நீ யாருடா கோமாளி.." என்பது போல பார்த்து வைத்தார் நிர்மலா..

"மீகா.. இவன் யாரு?? தெலுங்கு பட பாட்டுக்கு லிரிக்ஸ் பாட வந்தவன் மாதிரி இருக்குறான்.." என முழுவதும் இயல்பான தன்வி குறும்பாக காதில் கிசுகிசுக்க, "ஆடு தானா வந்து மாட்டி இருக்குது.. ஒரு ஹாப் அன் ஆர்க்கு டைம் பாஸ் ஆகுதா?? அதை பாரு.." என காதை கடித்தாள் அமீக்கா.. "எனக்கு என்னவோ தெலுங்கு பட க்ளைமாக்ஸ்ல வர்ற ஹீரோ டயலாக் பேசுற சீன் மாதிரியே ஒரு பீல்.. எங்க அம்மா இப்போவே திருந்திடுவாங்க போலேயே.. எனக்கு இப்போவே அழுகனும் போல தோணுது.. தோ பாரு.. கூஸ்பம்ப் கூட வருது.." என பரிதாபத்தினூடே பங்கமாய் கலாய்த்த தன்வியை, கால்களில் மிதித்து அடக்கினாள்..

என்ன நடக்கிறது என்றே தெரியாமல் நிற்கும் குகன் மற்றும் வாசுகியின் குழப்பமான முகத்தையும், தன்வியின் தெளிந்த முகபாவத்தையும் கண்ட நிர்மலாவை, "கொஞ்சம் ஓவரா தான் போயிட்டோமோ.." என தலையை சொறிய வைத்தது சூழ்நிலை.. கீழே சிதறி கிடந்த புத்தகங்களின் நடுவே அடர்நீல வண்ண அட்டையை கண்ட குகன் யாரும் அறியாது அதனை பத்திரப்படுத்தி கொண்டார்..

பிரச்சினை முடிந்து பாதி நூற்றாண்டுகள் கடந்திருக்க, "இங்க பாருங்க.. எவ்ளோ மெடல்ஸ் வாங்கியிருக்குறாங்க.. சர்டிபிகேட்ஸ்.." என யூடியூப்பில்லாமல் தன்வி ரூம் டூர் நடத்தி கொண்டிருந்தவன், "பாருங்க, மும்பையில இருந்து கால் லெட்டர் கூட வந்திருக்கு.." என்கவும் விருட்டென வாங்கினாள் அமீக்கா..

அதை கண்டதுமே மூளைக்குள் ஆயிரமாயிரம் திட்டங்கள் வகுக்க, உடனே "மும்பையோட பெரிய கம்பெனியில இருந்து ஆபர் லெட்டர் வந்துருக்குது.. ஏன் எங்க கிட்டே சொல்லவே இல்லை தன்வி.." என்றவள் எப்பொழுதோ தன்விக்கு கண்களை காட்டியிருந்தாள்.. அவளின் வழிகாட்டுதலின்படி, "ஆமா என்னோட ட்ரீம் அது.. இந்த நல்ல விஷயத்தை சொல்ல வரும் போது தான் மேரேஜ் அலையன்ஸ் வந்துச்சு.. தெரிஞ்சாலும் என்னை விட மாட்டீங்கன்னு தெரியும்.. அதுனால தான் சொல்லலை.. நடக்காத விஷயத்துக்கு ஆசைப்பட கூடாது.." என முகத்தை பாவமாக தொங்கவிட்டு கொண்டாள்..

உடனே குகனின் மனவோட்டத்தில் சமாதியாகிருந்த சமுத்திரகனி விழித்து பக்கம் பக்கமாய் பேசி, "நீ போடா.. உன்னோட எல்லை அந்த வானம்.." என டயலாக்கை தெறிக்க விட, "ப்பூ.. பூ.." என விசிலடித்தாள் அமீக்கா.. "அப்போ கிளம்பு தன்வி.." என துரிதபடுத்த, "எங்க??" என மற்றவர்களின் விழி அதிர்ச்சியில் விரிந்தது..

இதற்கும் வழியில்லாமலா விழிவிரிப்பை உண்டாக்குவாள்.. "நன்றே செய் அதை இன்றே செய்னு நீங்க தானப்பா சொல்லியிருக்குறீங்க.. மும்பையில தான் லில்லி இருக்குறா.. கொஞ்ச நாள் தன்வி அங்க இருந்தா உங்க தொந்திரவு இல்லாம நிம்மதியா இருப்பாளே.." என அமீக்கா இழுக்க, "தொந்திரவா??" என மூவருமே முறைக்க, "அன்பு தொந்திரவு.." என அசடாய் சிரித்து சமாளித்த தன்வி விரைவாகவே பெட்டியை கட்டினாள்..

அதற்கு அடுத்த அறையில், "அண்ணி, நான் பெத்த கழுதை தன்வியை என் ரூமுக்கு அனுப்புன்னு சொல்லும் போதே சுதாரிச்சிருக்கணும்.. ரெண்டே வாராத்துல கழுத கெட்டா குட்டி சுவருன்னு கெடுத்துட்டா.. ரெண்டு பேருமா பிளானை போட்டு மும்பை கிளம்புறதுக்கு உங்க தம்பி வாயில இருந்தே வார்த்தையை வாங்கிட்டாங்க.. பார்த்தீங்களா?? தன்வி மேலே நின்னதை பார்த்ததும் நெஞ்சு அப்படியே ஒரு நிமிஷன் நின்னே போச்சுது.." என நெஞ்சை இருக்க பிடித்த வாசுகியிடம், "ச்சே.. அப்படி இருக்காது வாசு.. தன்வி உண்மையாவே பயந்து போயிருந்தா.. இந்த ஜாப் அவளோட மெண்டல் ப்ரஷரை கம்மி பண்ணும்.." என மறுத்தார் குகன்..

"அண்ணி.. நீங்களே பாருங்க.. பொண்ணு என்ன பண்ணினாலும் தப்பே இல்லை.. ஒருவேளை இவருக்கும் அந்த ப்ளான்ல பங்கு இருக்கும் போல.." என நிர்மலாவோடு இணைந்து சந்தேகப்பார்வை வீசிட, "ய்யோ.. ஒரு யூகத்தை சொன்னா உடனே தீவிரவாதியா மாத்திடுவ போலேயே.. அந்த தம்பிக்கு அடி எதுவும் படலியே.." என கவனத்தை திசைதிருப்பினார் குகன்..

“ம்ம்.. கையில சின்ன ஸ்க்ராட்சஸ் தான்.. மெடிசின் போட்டாச்சு.. இந்த பையன் தான அன்னைக்கு அவளோட பைக்ல ஏறினது.. அப்போ சொல்லும் போது என் பொண்ணு சொக்க தங்கம்னு உச்சு கொட்டுனீங்க.. இப்போ என்ன சொல்றீங்க..” என சரியாக வாசுகி மடக்கிட, “ஏதாவது சொல்லிட்டே இருக்காத..” என்று விட்டு அங்கிருந்து தப்பியிருந்தார் குகன்..

ரயில் நிலையத்தில்,

“தன்வி, பத்திரம்.. ஜாக்கிரதை.. ஸ்டேஷன் போனதும் லில்லி வந்து பிக் பண்ணிப்பா.. உன்னோட டீடேயில்ஸ் அல்ரெடி சென்ட் பண்ணிட்டேன்.. லில்லியே உன்னை இண்டர்வியூக்கு கூட்டிட்டு போய்டுவா.. சோ டோன்ட் பேணிக்.. நல்ல படியா பண்ணு.. ஆல் தி பேஸ்ட்.. அங்க போனதும் கால் பண்ண மறந்திடாத..” என பலவாறான எச்சரிக்கைகளை கூறி கொண்டிருந்தவளை இறுக்கி அணைத்த தன்வி, “ஓகே மீகா.. நான் பார்த்துக்குறேன்... நீ பத்திரமா இரு..” எனும்போதே கண்கள் குளமாகியிருந்தது..

“ஏ.. ச்சீ.. அழாத.. இன்னும் சின்ன குழந்தை மாதிரி..” என அமீக்கா தடுக்க, “இல்ல.. என்னோட லைப்ல இது எனக்கு செகண்ட் சான்ஸ் நான் மிஸ் பண்ண மாட்டேன்.. அண்ட் சாரி மீகா... அன்னைக்கு நான் தெரியாம பண்ணல.. எனக்கு பிடிச்சு தான் கிஸ் பண்ணினேன்.. ஐ பீல் தட் மொமென்ட்.. உன்கிட்ட சொல்லனும்னு தோணிச்சு..” என்று விட்டு ரயிலில் ஏறவும் மெல்ல நகர்ந்தது.. அவளின் வார்த்தைகள் சரிவர புரியவில்லை என்றாலும் தலையாட்டி வைத்தாள் அமீக்கா..

பலமுறை தன்வியை விட்டு செல்லும் போது வராத அழுகை, முதல் முறை அவளே பிரிந்து செல்லும் போது பிழிந்து ஊற்றியது.. உதட்டை பிதுக்கி அழ தயாரானவளை ஷ்ரவன் அணைத்து கொள்ள, மார்பில் புதைந்து கண்ணீர் வடிக்க துவங்கினாள்.. “நான் அவளை பயங்கரமா மிஸ் பண்ண போறேன்..” என்றவளை தேற்றும் வழி தெரியாது விழிக்க, அவர்கள் இருவரையும் வெறித்து கொண்டிருந்தாள் தன்வி..

ஓரினச்சேர்க்கையாளர்களும் இயல்பான மனிதர்கள் அனுபவிக்க கூடிய காதலில் இன்பம், துன்பம், பிரிவு, கண்ணீர், பொறாமை, காமம் அனைத்தையும் உணர்கிறார்கள்.. அவர்களின் முதல் தயக்கமாக தங்களின் அடையாளத்தை சமூகம் ஏற்று கொள்ளுமா என்ற பயம் எழுகிறது.. தனது பாலியலினால் வாழ்க்கை முறை பாதிக்கப்படுமோ என்ற கேள்வியும் எழுகிறது..

முதலாக சமூகத்தில் ஒடுக்குமுறைக்கு ஆட்படுகிறார்கள்.. அவர்களின் எண்ணங்களை மாற்றி கொள்ளுமாறு ஒடுக்கப்படுகிறார்கள்.. அவர்களின் ஆசைகளுக்கும் எண்ணங்களுக்கும் சுதந்திரமோ அனுமதியோ கிடைப்பதில்லை..

இரண்டாவதாக தனக்கான துணையை தேர்ந்தெடுக்கும் பொழுது பலவிதமான அவமானங்களுக்கும் கேலிகளுக்கும் ஆட்படுகிறார்கள்..

இந்தியாவில் மும்பை போன்ற பெருநகரங்களில் இவர்களுக்கென்று தனி பகு-திகள் இருப்பினும் பலரும் தவறான பழக்கங்களுக்கு தள்ளப்படுகிறார்கள்.. 75% ஓரினச்சேர்க்கையாளர்கள் மது பழக்கத்திற்கும் போதை பழக்கத்திற்கும் அடிமை-யாகிறார்கள்.. சமூகத்தின் ஏற்றுக்கொள்ளாத்தன்மை அவர்களுக்குள் ஏற்படுத்தும் மனஅழுத்தமே காரணமாக இருக்கலாம் என்று நம்பப்படுகிறது.

-அமீக்கா

4

"ஹலோ.. மிஸ்.மாஸ் வுமன்.. நானும் என்னவோன்னு நினைச்சேன்.. குழந்தை மாதிரி அழுதுட்டு இருக்குறீங்க??" என முதுகை நீவி விட்ட ஷ்ரவனை விட்டு விலகி, "என்னோட பர்ஸ்ட் ப்ரையாரிட்டி பர்ஸ்ட் டைம் என்னை விட்டு தூரமா போறா.. சோ கொஞ்சம் எமோஷனல் ஆய்ட்டேன்.. நவ் ஐ யம் ஓகே.." என கண்களை துடைத்து கொண்டவள் நீண்ட பெருமூச்சை இழுத்து விட்டாள்..

ரயிலில் ஏறியதில் இருந்தே மனம் நிலையில்லாமல் தவிக்க, உடனே போனை எடுத்து அமீக்காவின் பெயரினை அழுத்தினாள்.. அடுத்த ஐந்து நிமிடங்களில் பலமான போக்குவரத்து நெரிசலில் சிக்கி கொண்ட அமீக்காவின் காதுகளில் தன்விக்கென தேர்ந்தெடுத்து வைத்திருந்த செய்த ரிங்டோன் விழாமலே போனது..

"ச்சே.." என நொந்து கொண்ட தன்வியின் கண்களில் இருந்து அவள் அறியாமலேயே கண்ணீர் சொரிய, காரணம் தான் தெரியவில்லை.. அமீக்காவின் கண்ணீரை கண்டதினாலோ என யோசித்தவள் மற்றொரு கோணத்தினை காண மறந்து விட, மற்றொரு நாள் மலையளவு பிரச்சினையாக உருவெடுக்கும் என்பதை அறியவில்லை..

வீட்டின் முன் ட்ராப் செய்த ஷ்ரவனிடம், "தேங்க்ஸ்.. யா.." என்று விட்டு உள்ளே செல்ல, "அப்புறம் எப்போ மீட் பண்ணலாம்??" என்றவனின் கேள்வி முன்னே அடியெடுத்து வைத்தவளை திரும்பி வர செய்தது.. "வாட் யூ மீன்??" என புருவம் சுருங்க முறைத்த அமீக்காவை, "கூல்.. கூல்.. உங்களோட பார்ஸ்ட் ப்ரையாரிட்டி ஊர்ல இல்லை.. சோ நான் கம்பெனி குடுக்கலாம்னு.." என உதட்டை சுழித்து புன்னகைத்தான்..

"ம்ம்.." என முகவாயில் விரல் வைத்து யோசித்தவள், "ஓகே.. தன்வி லெவலுக்கு எனக்கு கம்பெனி குடுத்துடுவீங்களா??" எனும் பொழுது அவனின் தலை வேகமாக ஆடியது.. "டுமாரோ செவன் ஓ கிளாக்.. ப்லேட்டர் பார்க்.. பாக்கலாம்.." என்கவும் "ஓகே டன்.." என்ற ஷ்ரவன் படுஉற்சாகமாகவே கிளம்பினான்..

இதழில் இணைந்த புன்னகையோடு உள்நுழைந்த அமீக்காவை மறித்தவாறு வந்து நின்ற வாசுகி, "என்னடி நடக்குது?? அன்னைக்கு ஐஸ்க்ரீம் பார்லர்ல

பேசிட்டு நீ பைக்ல கூட்டிட்டு போன.. இன்னைக்கு அவன் பைக்ல நீ வர்ற.. எங்கேஜ்மென்ட்ல எல்லாரும் கிளம்பினதுக்கு அப்புறமும் உன்கூடவே நிக்குறான்..” என்றார்..

“ம்மா.. கேசுவலான விஷயத்தை ஏன் காம்ப்லீகேட் பண்றீங்க?? வழியை விடுங்க..” என உள்ளே செல்ல முயன்றவளை தடுத்து பின்னே தள்ளிய வாசுகி, “இதெல்லாம் சாதாரணம் தான்.. ஆனா நீ எந்த பிரெண்ட் கிட்டயும் இவ்ளோ க்ளோசா இருந்து பார்த்ததில்லையே.. வாசல்ல நின்னு வழி அனுப்பிட்டு வர்ற.. எந்த ப்ரெண்டும் உன்கூட ரெண்டு நாளைக்கு மேல தாக்கு பிடிச்சதில்லையே..” என்றவரின் கேள்வி அவளை சீண்டி பார்த்தது....

“ம்மா.. என்னோட பிரெண்ட்ஸ் எல்லாரும் லாங்லாஸ்டிங் தான்.. பட் அவங்களை விட ஷ்ரவன் பிராட்மைண்டட்.. சோ கூடவே இருக்குறான்.. வெயிட்.. நீங்க என்னை பாலோ பண்றீங்களா?? ஆர் யூ ஸ்டாக்கிங் மீ??” என ஒற்றை புருவம் உயர்த்த, அதிலே ஆடிப்போன வாசுகிக்கு பதில் வர மறுக்க, “ப்பா.. ப்பா.. எங்க இருக்கீங்க.. இங்க வாங்க..” என கத்தினாள்..

அவளின் சத்தத்தில் மும்முரமாக நாளிதழை தேடி கூகிளில் தஞ்சம் புகுந்து கொண்டிருந்த குகன் வேகமாக வந்து சேர, “அம்மாவை கொஞ்சம் கவனிச்சிக்கோங்க.. கண்ட கண்ட சீரியலும் பார்த்து கெட்டு போய்ட்டாங்க.. முடிஞ்சா சைக்காரிஸ்டிக் கிட்டயும் கூட்டிட்டு போங்க.. வக்கீல் வொய்ப்னதும் தன்னை டிடெக்டிவ்னு நினைச்சிக்கிட்டு பர்ஸ்ட் கேஸா அமீக்காவும் ஷ்ரவனும் காதலிக்கிறார்களா?? பரபரப்பான நொடிகளுடன்னு மைக்கை தூக்கிட்டு சுத்த போறாங்க....” என்றவள், “யாரடி கூட்டிட்டு போகணும்.. உண்மைய கேட்டா பைத்தியம்னு சொல்லுவியா?? ஏங்க.. நீங்க தான் செல்லம் குடுத்து கெடுத்து வச்சிருக்கீங்க.. அவ பேசும் போதே இப்படி பேச கூடாதுன்னு தட்டி வச்சிருந்தா ஒழுங்கா இருந்துருப்பா..” என்ற வாசுகியின் தீவிரமான வசவுகளை அலட்சியப்படுத்தி அறைக்கு சென்றாள்..

அறையினுள் நுழைந்ததுமே ஏதோ ஒரு வெறுமை மனதிற்குள் குடிகொண்டது.. என்று வந்தாலும் அவளுக்காக காத்திருக்கும் தன்வி இல்லாமல் இருக்கும் அறையை காணும் பொழுதே எரிச்சலாக வந்தது.. போதாத குறைக்கு வாசுகி வேறு பேசிய பேச்சுக்கள் காதினுள் ஒலித்து கொண்டேயிருக்க, கையில் கிடைத்த குஷனை தூக்கி எறிந்தாள்..

அந்த அறை முழுவதும் தன்வியின் வாசமே விரிந்திருக்க, “ச்சே..” என்ற இயலாமையோடு கட்டிலில் விழுந்தவள் போனை எடுத்து பார்க்க ஐந்து தவறிய அழைப்புகள்.. திறந்து பார்ப்பதற்குள் பேட்டரி இறந்து விட, உயிர்ப்பிக்க சார்ஜரில் போட்டுவிட்டு பால்கனியில் வந்து நின்றாள்..

சிறுவயதில் இருந்தே எதிரெதிர் குணங்களை கொண்ட இருவரும் பிரிந்த நாட்களே கிடையாது.. கல்லூரி என்ற கான்செப்ட் தோன்றும் பொழுதே அவர்களின் இணைப்பினில் கலவரம் வெடிக்க துவங்கியது.. தன்வியை வெளியே அனுப்ப மனமில்லாத நிர்மலா உள்ளூரிலேயே சேர்க்க நடவடிக்கை எடுக்க, இருவருமாக சேர்ந்து கிழித்து போட்ட விண்ணப்ப படிவங்கள் பலவும் இன்றளவும் பால்கனி கம்பிகளுக்கிடையே நசுங்கி கிடக்கிறது.. இறுதியில் நிர்மலாவின் கண்ணீரே வெற்றி பெற, இருவருக்கும் இடையே இடைவெளி என்றானது..

மூன்று வருடங்களில் பிரிவு என்பதையே பிரித்து வைக்குமளவிற்கு போனிலும் நேரம் கிடைக்கும் பொழுது நேரிலும் பேசி தீர்த்தனர்.. இருவருக்குள்ளும் பல ரகசியங்கள் புதைந்து கிடக்க, இருவரிடமும் ரகசியங்கள் என்றில்லை.. ஒரு நாள் விடுமுறையை கூட விடுதியில் கழிக்காத அமீக்கா, ஊருக்கு வந்து விட்டால் போதும்.. தன்வியின் தோழிகள் தொலைதூரமாகி போவார்கள்..

அந்த பட்டியலில் மதியும் அடக்கமே.. மதி என்றதுமே அமீக்காவிற்கு நினைவு வந்தது.. கிளம்பும் பொழுது ஏதோ கூறினாளே.. என்ற யோசனையோடு போனை உயிர்ப்பித்து தன்விக்கு அழைக்க, அழுது அழுது சோர்ந்த தன்வி போனை அணைத்து விட்டு அயர்ந்திருந்தாள்..

“போன் சார்ஜ் போய்டுச்சு போல.. எத்தனை தடவை சொன்னேன்.. புது போனை வாங்குன்னு.. நான் எங்க போக போறேன்னு தியாகி மாதிரி பேசுனா.. இப்போ நான் எப்படி அவளை காண்டாக்ட் பண்ண முடியும்..” என சலித்து கொண்டவள் அப்படியே கண்ணயர்ந்தும் விட்டாள்..

மும்பை சென்றடைந்த தன்வி, லில்லியின் உதவியோடு குறிப்பிட்ட கம்பெனியில் நேர்முக தேர்வை முடித்திட, வேலையும் உறுதியானது.. அந்த செய்தியை முதலில் அமீக்காவிடம் கூறுவதற்காக போன் செய்ய, கட் செய்த அமீக்காவோ வேறுமாதிரியான சூழலில் சிக்கியிருந்தாள்..

“ச்சே..” என தரையில் பாதங்களை உதைத்து கொண்ட தன்வியிடம், “என்னாச்சு தன்வி... எனி ப்ராப்ளம்..” என வினவினாள் லில்லி.. “ஒன்னுமில்ல.. மீகா என்னோட போன் எடுக்கல.. நேத்து இருந்தே ட்ரை பண்ணிட்டு இருக்குறேன்..” என நொந்து கொண்டவளை தோள்களில் கரம் வைத்து சமாதானம் செய்தாள் லில்லி..

“தன்வி, அமீக்காவை பொறுத்தவரை அவளை பிடிக்குறது கொஞ்சம் கஷ்டம்.. அப்பப்போ ஏதாவது ஒரு மீட்டிங்ல இருக்குறதுனால காலை அட்டென்ட் பண்ணுறது டவுட் தான்.. மெசேஜ்க்கு கூட லேட் ரிப்ளை தான் வரும்.. சோஷியல் ஆக்டிவிஸ்ட்டா இருக்குறது கொஞ்சம் ரிஸ்க்கான ஜாப் தானே.. அமீயோட ஸ்பீச்காக அவளோட க்ரூப்ல ஜாயின் பண்ணினது நெறைய பேர்..” என விளக்கி கொண்டிருக்க, “அப்படியா??” என விழிகளை விரித்தாள் தன்வி..

“எஸ்.. அவளோட மேனேஜிங் கெப்பாசிட்டி அப்படி.. எந்த போராட்டத்தையும் சரியான வழியில கொண்டு போக அவளால மட்டும் தான் முடியும்.. காலேஜ்ல கூட அவளுக்கு நிறைய பேன்ஸ்.. அவ கிட்ட பேசுறதுக்காகவே நிறைய பேர் ப்ராப்ளம் க்ரியேட் பண்ணிட்டு போய் சால்வ் பண்ண கேட்டுப்பாங்க.. பட் அமீயே தேடி போறது சைல்ட்ஹூட் பிரெண்ட் உங்களை தேடி தான்..” என்றதுமே தன்வி-யின் முகத்தில் பெருமை பிரகாசிக்க மனதின் ஓரம், “ஆனா இப்போ என்னையே அவாய்ட் பண்றாளே..” என்ற வருத்தம் அமிழ்ந்து கொண்டது..

ஊரில்,

ஷ்ரவனை சந்திக்க சென்ற அமீக்கா, சில நிமிடங்கள் கடந்தும் அவன் வராமல் போல எரிச்சலில் அமர்ந்திருந்தாள்.. அப்பொழுது, அங்கே வந்து ஒரு பெண்மணி, “ஹாய்...” என்கவும் “ஹாய்..” என முறுவலித்து கொண்டவளுக்கு “யாராய் இருக்கும்??” என்ற சிந்தனை மூளையில் அரித்து கொண்டது..

“நான் ஸ்ரீகா.. பக்கத்துல ஒரு லைப்ரேரில வொர்க் பண்றேன்.. கொஞ்ச நாளா உங்களை கவனிச்சிட்டு வர்றேன்.. எனக்கு ஒரு தம்பி இருக்குறான்.. உங்களுக்கும் அவனுக்கு செட் ஆகும்னு தோணிச்சு.. சோ பேசி பார்க்கலாமேன்னு வந்தேன்..” என்றவளை மேலும் கீழுமாய் விநோதமாய் நோக்கினாள் அமீக்கா..

“சீரியஸா தான் சொல்றேங்க.. என் தம்பி ரொம்பவே நல்ல பையன்.. நல்ல ஜாப்.. நல்ல சாலரி.. உங்களுக்கு சரின்னா வீட்டுக்கு வந்து முறைப்படி கேட்-கலாம்னு இருக்குறோம்..” என்றதும் தாமதம் விருட்டென எழுந்து கொண்டாள் அமீக்கா..

அவளின் திடுகிட்ட நடவடிக்கை சுற்றி உள்ள அனைவரின் பார்வையும் அவர்கள் இருவரின் மேல் பதிய, பார்ப்பதற்கு மரியாதையாக தெரிந்த ஸ்ரீகாவை அங்கே அவமானப்படுத்த மனதில்லாமல், “நாட் இன்ட்ரெஸ்ட்டட்..” என்று விட்டு கடந்தாள் அமீக்கா..

ஆனாலும் அவளை விடாத ஸ்ரீகா பின்தொடர்ந்து, “ஏங்க.. நீங்க ஓகே சொன்னா போதும்.. இல்லன்னா ஒரு தடவை என் தம்பியை மீட் பண்ணுங்க..” என அடுத்தடுத்த கோரிக்கைகளை எடுத்து விட, ஒரு காரின் பின்னே ஒளிந்து கொண்டாள் அமீக்கா.. அந்த சமயத்தில் தான் தன்வி போன் செய்ய, “ஆஹா பெரிய பெரிய படையை கூட சமாளிக்கலாம்.. ஆனா இந்த ஒரு பைத்தியத்துக்-கிட்ட மாட்டிக்கவே கூடாது..” என்ற அமீக்கா சட்டென கட் செய்து சைலன்ட்டில் போட்டுவைத்தாள்.. இயல்பாகவே பல கோரிக்கைகளை முன்வைத்து போராட்டங்-களை நடத்திய அமீக்கா, இந்த கோரிக்கையில் திடுக்கிட்டு போயிருந்தாள்..

எப்படியோ ஒரு வழியாக தப்பித்து வீட்டினை வந்தடைந்தவள், “நாடு எங்க போயிட்டு இருக்குதுன்னே தெரியல.. இப்போலாம் நடுரோட்ல ப்ரொபோஸ் பண்-

றது ட்ரெண்ட் ஆகுதுன்னு நடுரோட்லையே பொண்ணும் கேக்க ஆரம்பிச்சிட்டாங்க போல.. நல்ல வேளையா நான் தப்பிச்சேன்.. இல்லைன்னா நடுரோட்டில் இப்பெண் செய்த இரக்கமில்லாத செயல்னு நாலு யூடியூப் சானெல் என்னை ட்ரோல் பண்ணியிருப்பாங்க.." என புலம்பி கொண்டே வந்தவள், ஷூ ஸ்டாண்டை பார்த்து முற்றிலுமாய் குழம்பினாள்.

உள்ளே ஒரு கூட்டமே அமர்ந்து தேநீர் அருந்தி கொண்டிருக்க அந்த கூட்டத்தில் ஷ்ரவன், ஸ்ரீகா முதற்கொண்டு அமர்ந்திருந்தனர்.. நடந்ததை ஓரளவிற்கு அனுமானித்து கொண்டிருந்த அமீக்காவை, "உள்ள போய் டிரஸ் செஞ் பண்ணிட்டு வா.." என சன்ன குரலில் வற்புறுத்திய வாசுகியை உஷ்ணமாக முறைத்து வைத்தாள்..

"ஆண்ட்டி, நீங்க என் அம்மா சொல்லியா இல்லை ஷ்ரவன் சொல்லி வந்தீங்களான்னு தெரியாது.. ரெண்டு பேரும் என்னை பத்தி என்ன எல்லாம் பெருமை பேசி வச்சிருக்குறாங்கன்னு கூட தெரியாது.. இது ஒரு பொண்ணு பார்க்கும் படலமாவே இருந்தாலும் ஒரு விஷயம் நான் தெளிவா சொல்லிடுறேன்.. இது தான் நான்.. இப்போ உங்க கண்ணு முன்னாடி நிக்குற மாதிரி தான் கடைசி வரைக்கும்.. என் கேரக்டரும் அப்படி தான்.. பொண்ணா அச்சம், மடம், நாணம் எல்லாம் எதிர்பார்க்குறது கொஞ்சம் சிரமம் தான்.. நான் ஒரு சோஷியல் ஆக்டிவிஸ்ட்.. என் அப்பா என்னை ப்ராடா வளர்த்துட்டாரு.. சோ எந்த பொய்யையும் சொல்ல விரும்பல.. என்னை இப்படியே ஏத்துகிட்டா மட்டும் தான் ஓகே.." என வேகமாக பொரிந்து தள்ளியவள் அறைக்கு ஓடினாள்..

"நான் சொல்லலை.. கல்யாண பேச்சை எடுத்தாலே ஏதாவது செஞ்சு நிறுத்திடுவா.. அதுனால தான உண்மைய சொல்லியே உங்களை வர சொன்னேன்.." என வாசுகி கூற, "ம்ம்.. பார்த்தாலே தெரியுது.. ஆனாலும் இப்படி உண்மைய பட்டு பட்டுன்னு பேசுற பொண்ணுங்க கிடைக்குறதும் கஷ்டம் தானே.." என புன்னகைத்தார் ஷ்ரவனின் தந்தை..

அறையில் கோபமாக அமர்ந்திருந்த அமீக்காவை சமாதானம் செய்யும் பொருட்டு உள்ளே நுழைந்த ஷ்ரவனை "கன்வின்ஸ் பண்றேன்னு எந்த டிராமா டயலாக்கும் பேசாதீங்க.. இன்பார்ம் பண்ணாம எதுக்கு இந்த டிராமா?? சத்தியமா சொல்றேன்.. உங்களை கழுத்த நெறிச்சு கொலை பண்ணிட்டு ஜெயிலுக்கு போய்டலாம் போல இருக்குது.. வீட்ல மேரேஜ்க்கு மெண்டல் டார்ச்சர் பண்றாங்கன்னு பிரெண்டா நினைச்சு உங்க கிட்ட ஷேர் பண்ணினா நீங்களே அந்த ப்ராப்ளமா வந்து நிக்குறீங்க.." என அமீக்கா கடிந்து கொள்ள, சலனமின்றி அவளை நோக்கி புன்னகையை வீசினான்.

"சிரிக்குறீங்க.. நல்லா சிரிங்க.. ப்ராப்ளம் க்ரியேட் பண்றவங்களுக்கு தான் அடுத்தவங்க கஷ்டத்தை பார்த்து கூட சிரிப்பு வரும்.." என விரக்தியாக கூறிய-

வளின் அருகே சாந்தமாக அமர்ந்தான்.. முகத்தில் எழும்பி நின்ற கவலை கோடுகளுக்கு நடுவே பார்வையை எங்கோ வெறித்திருந்தாள்..

மென்மையான வன்மை பொருந்திய கரத்தினை தன் கைகளுக்குள் பொருத்தி கொண்டவன், “மிஸ்.மாஸ் வுமன்.. சொல்றதை கேளுங்க.. கலவரத்துக்கு நடுவுல தான் வழியும் பிறக்கும்.. உங்களோட இன்டிபெண்டன்சிய டிஸ்டர்ப் பண்ணுவாங்கன்னு தான் நீங்க மேரேஜ் ப்ரோபோசலை அவாய்ட் பண்றீங்கன்னு தெரியும்.. என்னோட ப்ரோபோசலுக்கு முன்னாடி ஒரு விஷயம் சொல்லுறேன்.. நானும் ப்ராக்டிக்கல் கை தான்.. எனக்கும் கோல்ஸ் அண்ட் சக்சஸ் முக்கியம் தான்.. கேர்ல்ஸ்க்கு இருக்குற ஸ்ட்ரகில்ஸ் என்னால புரிஞ்சிக்க முடியும்.. பியர்(fear)ல இருந்து பீரியட்ஸ் வரை என்கிட்டே ஷேர் பண்ணும் போது நார்மலா ட்ரீட் பண்ணின அதே பிராட் மைண்டட் தான் இப்பவும் ப்ரொபோஸ் பண்றேன்.. நீங்க அக்செப்ட் பண்ற வரை நம்ம ரிலேஷன்ஷிப் ட்ராப்க்காக இன்ட்ரோ ஆன பிரெண்ட்ஷிப்ல தான் இருக்கும்.. நான் இந்த இடத்துல டைட்டானிக் ஜாக் ஆக விரும்பலை.. என்னோட செல்பிஷ்னஷ் கூட இருக்குது.. எனக்கு இப்படி ஒரு பிராட்மைண்டட் பார்ட்னர் கிடைக்க மாட்டாங்களான்னு யோசிச்சிட்டு இருக்கும் போது தான் கிடைச்சீங்க.. இனி உங்க இஷ்டம்..” என்றவன் எழ போக தடுத்தது அமீக்காவின் கரம்..

“இந்த டைம் நோன்னு சொல்ல மாட்டேன்.. பட் எனக்கு டைம் வேணும்... ஆனா இப்போவே என் அம்மா கிட்ட சொல்ல வேணாம்.. கொஞ்சம் நேரம் டென்ஷன்லயே இருக்கட்டும்.. எனக்கு தெரியாம எல்லாம் பண்ணினாங்கல்ல..” என்றவள் குகனிற்கு மட்டும் தனியாக தனது முடிவினை வாட்சாப் செய்ய, மகளிற்கு முன்னே மனைவிக்கு அடக்கமாகி போனவரின் போனை மொத்த குடும்பமும் பார்த்து மகிழ்ந்து கொண்டிருந்தது..

லில்லி கூறியதில் இருந்து மீகாவின் அன்பிற்கு தானே முதலிடம் என்ற மிதப்பிற்கு வந்த தன்வி, அமீக்காவின் எண்ணினை அழுத்த, குடும்ப க்ரூப்பில் மெசேஜ் மேலெழும்பியது.. என்னவென்று காணும் நோக்கோடு உள்ளே நுழைந்தவள், அங்கு கூறப்பட்ட செய்தியை காணும் பொழுது இதயத்தில் ஏதோ ஒரு வலி பிசைவதை உணர முடிந்தது..

“நான் இவ்ளோ நார்மலா மாறுவேன்னு நானே நினைக்கலை..” என்று கொண்டிருந்தவளின் கன்னங்களை தீண்டி விடும் நோக்கோடு ஷ்ரவனின் இதழ்கள் நகர்ந்து கொண்டிருக்க, சிணுங்கிய தனது போனை எடுத்த அமீக்கா அவனை கவனியாது சென்றாள்..

“ஹாய் என் செல்ல ராணியே..” என உற்சாகத்துடன் தொடங்கிய அமீக்காவின் முகம் மாற, ஷ்ரவனோ சாய்விருக்கையின் நுனியில் வந்து அமர்ந்தான்.. திரும்ப வந்தவள், வேகமாக “ஷ்ரவன், நான் மும்பை போகணும்.. என் பேமிலிய

மேனேஜ் பண்ணிக்க முடியுமா??" என்க, விருட்டென எழுந்தான் ஷ்ரவன்..

பெண்ஓரினச்சேர்க்கையாளர்களை பொறுத்தவரையில் ஆண்கள் என்பவர்கள் அவர்களின் வாழ்வில் பழகவும் நட்பு பாராட்டவும் செய்யலாமே தவிர வாழ்வின் முக்கியமான அங்கமாக இயலாது.. சிலரால் இவர்களை அடையாளங்காண இயலும் என்பதால் தங்களை மறைத்து கொள்வதற்கு மிகவும் பிரயத்தனப்படுகி-றார்கள்.. தங்களின் உணர்வுகள் எல்லை மீறாது கட்டுப்படுத்தி கொள்கின்றனர்.. தங்களுக்கான துணையை காணும்பொழுது அவர்களுக்குள்ளாகவே காதல் அரும்-புகிறது..

-அமீக்கா

5

இருக்கையை விட்டு எழுந்த ஷ்ரவன், “அமீக்கா, என்ன திடீர்னு மும்பை??” என வினவ, “ப்ச்.. நான் போகணும்.. தன்விய மீட் பண்ணனும்..” என்ற அமீக்காவின் வார்த்தையில் ஏதோ ஒரு உணர்வினை படித்துவிட அவனும் சம்மதித்தான்.. விருப்பத்தினை தெரிவிக்கும் முன்னரே விழுந்து விழுந்து கவனித்தவன், கிட்டத்தட்ட சரியென்ற நிலைக்கு வந்திருக்க சதிராட்டம் ஆடாத குறை மட்டுமே..

சில நிமிடங்களுக்கு முன்,

“ஹாய் என் செல்ல ராணியே..” என உற்சாகத்தோடு தொடங்கிய அமீக்காவிற்கு எதிர்புறத்தில் எந்த பதிலும் கிடைக்க பெறவில்லை..

“தனு.. தனு..” என்றவளின் பதட்டகுரலின் பின்னே, “சொல்லு...” என்ற உணர்சிகளற்ற வார்த்தைகளே வெளிவந்தது தன்வியினிடம் இருந்து

“என்னாச்சு?? ஏதும் பிரச்சினையா??” என அக்கறையாக வினவியவளின் மீதுள்ள கோபத்தினை தன்வியால் ஒரு நிமிடத்திற்கும் அதிகமாக தாக்கு பிடிக்கவில்லை..

“பேசாத மீகா.. நான் கோபமா இருக்குறேன்.. என்னை இங்க அனுப்பி வச்சதோட சரி.. உன் கடமை முடிஞ்சிதில்ல.. நான் ஒரு பைத்தியக்காரி.. அதானே.. என் போனை கூட அட்டென்ட் பண்ண டைம் இல்லாத உன்கிட்ட போய் வந்த அலையன்ஸ் பத்தி பர்ஸ்ட் ஷேர் பண்ணுவன்னு எக்ஸ்பெக்ட் பண்ணினேன் பாரு..” என பொசுபொசுவென முட்டி வந்த ஆத்திரத்தை மென்மையாக கான்பித்தவள் அடுத்த நொடியே, “நான் அவ்ளோ தூரமா போயிட்டேனா மீகா...” என்ற தன்வியின் குரல் உடைந்து அழுகையே கலந்திருந்தது.. தன்வியின் கவலையை கண்டப்பின்னும் இங்கேயே பொறுமையாக அமர்ந்திருந்தால் அவள் அமீக்காவே இல்லையே..

அரைமணி நேரமாகியும் வெளியே செல்லாவிடில் ஸ்ரீகாவுடன் இணைந்து மொத்த குடும்பமும் கேலி கிண்டலில் இறங்கி விடுவனரே என தலையில் அடித்து கொண்டே வெளியே வந்தாள் அமீக்கா.. அப்பொழுது, குகனின் போன் வாசுகியின் கரங்களில் பகுமானமாய் அமர்ந்திருக்க, தீயாய் முறைத்த அமீக்கா, “ஷ்ஷ்..

பேசக்கூடாது..” என அழுத்தமான சுட்டுவிரலை இதழ்களுக்கு மேலாக வைத்து சைகை காண்பித்தாள்..

குகனோ மனைவியா?? மகளா?? என்ற சங்கடமான நிலையில் மாட்டிக்கொண்டு திருதிருவென விழிக்க, “சரி.. சரி.. பிழைச்சு போகட்டும்..” என பாவம் பார்த்து மன்னித்து விட்டாள் அமீக்கா.. மகளும் மனைவியும் மோதி கொள்ளும் டப்ளியூ டப்ளியூ மேட்சில் அம்பயராக இருக்கும் குகனே பெரும்பகுதி அடிகளை வாங்கி தட்டுவார்.. க்ளைமாக்ஸ் பகுதியில் சரியாக அமீக்கா கேடுகெட்ட வில்லன் போல நடித்து தந்தையை பத்திரமாக தாயிடம் ஒப்படைத்து விடுவது வாடிக்கையான ஒன்று தான்..

“நாங்க மும்பை போறோம்..” என ஷ்ரவன் அனைவருக்கும் கூற, அமீக்கா உட்பட அனைவரும் அதிர்ச்சியில் நோக்க, “ஏன்??” என கேட்டாள் ஸ்ரீகா.. “ஒரு லவ் ட்ரிப்..” என ஷ்ரவனும் “தன்விய மீட் பண்ண...” என அமீக்காவும் ஒரு சேர கூற சந்தேகமாய் நோக்கினர்..

“தன்வி மும்பையில சோலே பூரி சாப்பிடலையாம்.. சோ நாங்க போய் ஸ்ட்ரீட் பூட் சாப்பிட்டு எப்படி சொத்தை அழிக்குறதுன்னு கத்து கொடுக்க போறேன்..” என்று விளக்கமளிக்க, காதை செல்லமாக திருகினார் நிர்மலா..

“விடுங்க அக்கா.. தாத்தா சேர்த்த சொத்த இவங்க ரெண்டு பேருமாவது அழிக்கட்டுமே..” என பெருமையாக சிரித்த குகன் வாசுகியின் ஒற்றை புருவமேற்றலில் கப்சிப் என்றானார்.. “வெயிட்.. இப்போ லவ் ட்ரிப்பா?? இல்லை போன் கிப்ட்டா??” என இடைநுழைந்தாள் ஸ்ரீகா.

“கண்டிப்பா இது மாமா மாதிரி சேனல் லான்ச்னு சொல்லிட்டு மால்தீவ்ஸ்ல கட்டிக்க போற பொண்ணோட பேச்சுலர் பார்ட்டி கொண்டாடுற ப்ளான் இல்லை..” என குறும்பாக கூறிய ஷ்ரவனின் குருத்தெலும்பை உடைக்க திட்டம் போட்டு துரத்த துவங்கினாள் ஸ்ரீக்கா..

பெட்டிகளை தயார் செய்து கொண்டு கிளம்பிய இருவரும் மும்பையை அடைந்ததும் அங்கே இங்கே என்று ஒவ்வொரு நிறுத்தத்திலும் இறங்கி காலாற நடந்து அங்கே சிறப்பற்ற பலவற்றையும் பார்த்து ரசித்து பார்த்தனர்.. ஷ்ரவனிற்கு அங்கே நல்ல பழக்கம் என்பதால் க்ளப்பிங், பார்டி ஹவுஸ் என மேற்கத்திய கலாசாரத்தை அனுபவிக்கும் வாய்ப்பளித்து கொடுக்க, அமீக்காவோ வந்த வேலையை முற்றிலுமாக மறந்துவிட்டிருந்தாள்..

சரியாக 2.12 மணிக்கு சிணுங்கிய போனை ஆழ்ந்த தூக்கத்தில் இருந்த தன்வி துழாவ, படுக்கையில் இருந்து கீழே விழுந்து வாழ்க்கையை முடித்திருந்தது.. “போச்சு..” என அதர பதற எழுந்து அமர, சுக்கு நூறாக நொறுங்கியிருந்த போன் கைகளில் பாவமாக விழித்து கொண்டிருந்தது..

“ச்சே.. இப்போ வீட்டுக்கு எப்படி கால் பண்ணி இன்பார்ம் பண்ணுவேன்.. வாழ்க்கையே ரணகொடூரமா போகுது.. காலையில மீகா கிட்ட கோபமா பேசியிருக்க கூடாது..” என தலையிலடித்து கொண்டிருக்கும் போது காலிங் பெல் அலற திடுக்கிட்டாள்..

மும்பை என்பது தொழில்களுக்கு பெயர் போன நகரம் என்பது போல ‘தொழில்’களுக்கும் பெயர் போன நரகம் தான்.. என்றாலும் பெண்களுக்கு பாதுகாப்பு என்று வரும் பொழுது, இன்றளவும் கேள்விக்குறியாக தொக்கி நிற்க, அர்த்த இராத்திரியில் அனர்த்தமாக ஒலிக்கும் மணியை என்னவென்று எடுத்து கொள்வது.. ஒற்றை கரத்தில் ‘பெப்பர் ஸ்ப்ரே’ மற்றொரு கரமோ கதவை திறப்பதற்கு என உபயோகம் செய்ய, பாதி திறக்கப்பட்ட கதவின் வழியே அமீக்கா பேய் போல பாய்ந்தாள்..

அமீக்காவை அங்கு எதிரபார்த்திராத தன்வி சிலையாக சமைந்திருந்தாள். தான் உள்ளே நுழைந்த பின்னும் தன்வியின் கைகளில் இருந்த ‘பெப்பர் ஸ்ப்ரே’ பாட்டில் பொம்மையாகவே இருக்க, “தனு.. திருடன் உள்ள வந்ததுக்கு அப்புறம் ஜாதகம் கேட்டுட்டு வடது கண்ணுல அடிக்கவா இடது கண்ணுல அடிக்கவான்னு கான்பெரென்ஸ் மீட்டிங்கே நடத்துவ போல இருக்கே..” என கேலி செய்தாள் அமீக்கா..

“உன்ன..” என பற்களை கடித்து கொண்ட தன்வி, கோபத்தை இறக்கி வைக்கும் பொருட்டு அடிக்க துவங்கினாள்.. “ஹே.. நீ அடிக்குற அடி ஏதோ மசாஜ் பண்றது மாதிரி இருக்குது.. சோ டைம் வேஸ்ட் பண்ணாம ஒரு ஹக் குடு பாப்போம்..” என கைகளை விரிக்க, வேகமாக கட்டியணைத்தவளின் ஏக்கம் அணைப்பின் இறுக்கத்தில் தளர்ந்திருந்தது..

“நான் இங்க இருக்குறேன்னு உனக்கு எப்படி தெரியும்??” என்ற தன்வி மூக்கை உறிஞ்ச, “இன்ஸ்டாகிராம் இஸ்திரி மாடல் லில்லி போஸ்ட்ல பார்த்தேன்.. நீ இன்னும் என்ஜாய் பண்ணவே தொடங்கலை போல.. அதான் டைம் எடுத்து ரூம் சூப்பரா அரேன்ஜ் பண்ணி வச்சிருக்குற...” என்ற அமீக்கா தனது பெட்டிகளை ஷோபாவின் மீது போட்டாள்..

வேலை கிடைத்த கையோடு தனக்கென ஒரு அறையை வாடகைக்கு எடுத்து கொண்டாள் தன்வி.. எங்கே தனது குணம் லில்லியின் வாழ்க்கையில் பிரச்சினையை ஏற்படுத்தி விடுமோ?? என்று பயந்தவள் தனக்கிருக்கும் சிறப்பினை வெளிப்படுத்த பயம் கொண்டாள்..

உண்மை தெரிந்ததும் அறைக்கு வரும் அமீக்கா, “எதுக்காக தனி ரூம்க்கு வந்து கஷ்டப்படுற??” என கேட்டு சண்டையிடுவாள் என்று நினைத்திருக்க, அவளோ எவ்வித கேள்வியும் எழுப்பாமல் இருந்தது விசித்திரமாக இருந்தது..

“ஏன்னு தெரியுமா??” என தயங்கியபடி தன்வியே தொடங்க, “இது நல்ல விஷயம் தானே.. ஒரு கிராமத்துல பொறந்து வளர்ந்த பொண்ணு இவ்ளோ பெரிய சிட்டியில தனியா ஸ்டே பண்ற அளவுக்கு போல்டா மாறிட்டு வர்றா.. இது ரொம்ப நல்ல விஷயம் தனு..” என்ற அமீக்கா வாய் நிறைய சிப்சை அரைத்து கொண்டிருந்தாள்.. அமீக்காவை குறித்தது கூறவேண்டுமானால் தன்வியை தோள்கள் நிறைய தழுவிய பின்னரே முழுமையாக உணர்கிறாள்.. அந்த உணர்வை அனுபவிக்காமல் ஏன்?? எதற்கு?? என்ற கேள்வியை எழுப்பும் புரட்சியாளராய் அல்லாமல் தன்வியின் ராங்கியாகவே இருக்க ஆசை கொண்டாள்..

அப்பொழுது படிகளில் ஷ்ரவன் பெரிய சைஸ் பெட்டியை உருட்டி வர, அமீக்காவை குண்டு விழிகளை உருட்டி முறைத்தாள் தன்வி.. “ஏண்டி, அப்படி பாக்குற.. அவனும் கூட தான் வந்துருக்குறான்.. வழிய விடு..” என அவளை விலக்க, “நோ.. இங்க ஜென்ட்ஸ் நாட் அலவுட்..” என கண்டிப்பாய் கூறிய தன்வி, “சார்.. சோ ப்ளீஸ்..” என வாசலை நோக்கி கைகாட்டினாள்..

மேலும் கீழுமாய் பார்த்து வைத்த அமீக்கா, “என் ஹாஸ்டல் வார்டனுக்கு மருமகளா போக வேண்டியவ..” என சலித்து கொண்டு, “ஹோட்டல்ல தங்கிக்கலாமா??” என வினவினாள்.. “யா ஷ்யூர்..” என ஷ்ரவன் தோள்களை குலுக்க, அமீக்காவின் தோள்பையினை பிடித்து பின்னாக தள்ளிய தன்வி, “அவ என்னோட தான் இருப்பா.. நீ வேணும்னா கிளம்பு..” என மிரட்டி விரட்ட, பக்கவாட்டில் பாய் காண்பித்து விட்டு பஞ்சாய் பறந்திருந்தான் பையன்..

“ஹே.. உனக்கு இன்னும் அந்த ஷைனஸ் போகலியா?? சீக்கிரம் ரெக்கவர் ஆய்டு.. இல்லைன்னா பின்னாடி பிரச்சினை ஆகிடும்..” என கேலிக்காக உரைத்த அமீக்கா சோர்வாக அப்படியே படுக்கையில் சாய்ந்தாள்..

“ராங்கி..” என பின்னால் தட்டிய தன்வி பெட்ஷீட்டை எடுத்து போர்த்தி விட்டு, அவளின் கைகளை விரித்து அதனுள் தஞ்சம் புகுந்து கொள்ள, அவளின் இடையை வளைத்து அணைத்தவாறு தூங்கி போனாள் அமீக்கா

மறுநாள் காலை,

ஒரு பிரபலமான ஹோட்டலில் முன்பக்க பகுதியில் ஏன் என்றே தெரியாமல் அமர்ந்திருந்தாள் தன்வி.. “என்ன சாப்பிடுற??” என அமீக்கா கேட்க, “வழக்கமா என்ன சாப்பிடலாம்னு தானே கேப்ப??” என்ற குழந்தையாக சிணுங்க, “ஒரு நான்வெஜ் ஹோட்டல்னா கம்பெனி கொடுக்கலாம்.. ரெசார்ட்ல நோ வே.. சரி.. சொல்லு.. என்ன வேணும்..” என கன்னத்தில் தட்டினாள் அமீக்கா.. உதட்டை வளைத்து பாவம் காண்பித்த தன்வி “மோக்டெயில் ஓகே..” என தலையசைத்தாள்..

“ஓகே.. வெயிட்.. நான் இப்போ வந்துடுறேன்..” என்று விட்டு கிளம்பிய அமீக்கா “யா.. நாங்க லாபில வெயிட் பண்றோம்..” என போனில் யாருடனோ பேசி கொண்டே சென்றாள்.. இங்கேயும் நண்பர் பட்டாளத்தை உருவாக்கி விட்டாள் போல என புன்னகைத்த தன்விக்கு, “அவர்களுக்கு நடுவே நான் அவளுக்கு முக்கியமாக படுவேனா??” என்ற கேள்வி எழுந்து அதே வேகத்தில் தோய்ந்தது..

“ஒரு முறை அழுததிற்காக பல மைல் தாண்டி வந்திருக்கிறாள்.. இது போதாதா?? போதாது.. கூட அந்த பல்லி மிட்டாயையும் கூட்டிட்டு வந்துருக்கு-றாளே..” என உதட்டை சுழித்து கொண்டாள்..

ஆர்டர் செய்த மோக்டெயில் வந்துவிட, ஒரு மிடறு குடித்த தன்வி ஊரில் இருக்கும் பொழுது அமீக்காவின் வருகைக்காக விடுமுறை அளி(ழி)க்கும் அதே சம்பிரதாயத்தினை அலுவலகத்திலும் தொடர்ந்தாள்.. சற்று நேரத்தில் திரும்பி வந்த அமீக்காவுடன் ஷ்ரவனை கண்ட தன்வி பற்களை நறநறவென கடித்து கொள்ள ‘பழைய குருடி கதவை திறடி..’ என்றானது..

“ஹாய் தன்வி..” என கரம் நீட்டியவனை பகைத்து கொள்ள மனமின்றி “ஹாய் பல்லி மிட்டாய்..” என முறுவலித்து கொண்டாள்.. இயல்பாகவே எதையும் பெரிதாய் அலட்டிகொள்ளாத தன்மை கொண்ட ஷ்ரவன் அது பாசம் என்று எடுத்து கொள்ள பாவம் அது பகையல்லவா..

உரையாடல்கள் தொடர்ந்து கொண்டிருக்க, சிலநேரங்களில் எதார்த்தமாக அமீக்காவின் தோள்களை உரசும் ஷ்ரவனின் விரல்கள் மீது தன்விக்கு தீயாய் கோபம் எழுந்தது.. ஒவ்வொரு முறையும் அவன் மிஸ்.மாஸ் வுமன் என கூறும் பொழுதும், “டேய்.. அவ வொண்டர் வுமனாவே இருந்தாலும் நீ ஸ்டீவா இருக்க முடியாது..” என்று அவனுடைய சப்பை மூக்கிலேயே குத்திவிட வேண்டும் போலி-ருந்தது..

இயற்கையாகவே ஆணழகனாக இருக்கும் ஷ்ரவனின் பின் ஆயிரம் அழகிகள் சுற்றி வந்தாலும் தன்வி அவனை மதியாமல் பங்கமாக கலாய்த்து வைத்தாள்.. மாலை முழுவதும் தெருவீதிகளில் உலாவர, இரவில் ஒரு ஹோட்டலில் சென்று அமர்ந்தனர்..

அங்கும் தனது தர்ணா போராட்டத்தை தன்வி தொடங்க, அதனை அடக்கு-வதாக எண்ணி கொண்ட அமீக்கா, “தனு.. நீ ஆர்டர் வாங்கிட்டு வா.. ப்ளீஸ் ஸீ பூட் இல்லாம பார்த்துக்கோ.. ஷ்ரவனுக்கு அலர்ஜி இருக்குது..” என கூறி அனுப்பிட, மனதிற்குள் திட்டி தீர்த்து கொண்டே நடந்தாள் தன்வி.. அமீக்காவிற்-கும் சில நேரங்களில் ஷ்ரவன் இல்லாமல் இருந்தால் தன்வியோடு இன்னமும் நேரம் செலவிட்டிருக்கலாமோ என்ற கேள்வி தோன்றி மறைந்தது..

பூட் கோர்ட்டில் நின்றவள் என்ன வாங்கலாம்?? என குழம்பி கொண்டே தங்கள் இருவருக்கும் “மட்டன் கட்லட் கிரேவி” வாங்கி விட்டு “இந்த அரிய வகை ஐந்து என்ன சாப்பிடும்??” என யோசிக்கலானாள்..

அடுத்த ஆப்பை அழகாய் எடுத்து கொடுப்பதற்காக பக்கத்து டேபிளில் ஒருவன், “பிரெண்ட்ஸ், ****ல இருக்குற ஒரு ரெஸ்டாரென்ட்ல செஸ்வான் சூப் குடிச்சு பாருங்க.. செம டேஸ்ட்.. வேற லெவல்.. முக்கியமா இவங்க கடையோட ஸ்பெஷலான கார்லிக் கூட ப்ரை பண்ணின இந்த பிரான் தான் ஹைலைட்.. நாம சாப்பிடுறது கார்லிக்கா பிரானான்னு கூட தெரியல..” என்று தனது பூட் வ்லாகிற்கு பேசி கொண்டிருக்க மூளையில் பொறி தட்டியது..

அவள் வாங்கி வந்த உணவினை மூவருமே பகிர்ந்துண்ண, ஷ்ரவன் தங்கியிருக்கும் ஹோட்டலிற்கு வந்து சேர்ந்தனர்.. “தனு.. நீயும் ஷ்ரவனும் தான் நல்ல பழகிட்டீங்களே.. அப்புறம் என்ன?? நம்ம ரூம்ல ஸ்டே பண்ணிக்கட்டும்.. நமக்காக கூட வந்தவனை நாடோடியா விடலாமா??” என அமீக்கா நயமாக பேசிகொண்டிருக்க, ஷ்ரவனின் உடலில் நத்தை ஊறுவது போல அரிப்பெடுக்க துவங்கியது..

“ஓ.. காட்..” என தன்வி பதற, “இட்ஸ் ஓகே.. ஷ்ரவன்.. ஜஸ்ட் காம் டவுன்.. இது அலர்ஜி தான்.. மூச்சை மேல இழுத்து விடு.. எதையும் யோசிக்காத.. ப்லசன்ட்டான திங்ஸ நினைச்சு பாரு..” என ஒவ்வொரு படிநிலைகளாக கூற, அரிப்பு கட்டுக்குள் வராவிடினும் வேதனை குறைந்திருந்தது..

“ஓகே.. ஐ பீல் பெட்டர்.. பர்ஸ்ட் நீங்க ரெண்டு பேரும் ரூம்க்கு கிளம்புங்க.. நான் பார்த்துக்குறேன்..” என அக்கறையாய் கூறியவன், “நாளைக்கு என்னால ஜாயின் பண்ண முடியலன்னாலும் நீங்க கண்டினியூ பண்ணுங்க..” என தனது பெருந்தன்மையை காண்பித்தான்.. தன்வியை அழைத்து கொண்டு அமீக்கா நடக்க, பின்னால் திரும்பி அவனுடைய பின்னுருவத்தினை நோக்கி பழிப்பு காட்டி விட்டு, “எனக்கும் மீகாவுக்கும் நடுவுல வந்தா இப்படி தான் நடக்கும்.. யாரும் எங்களுக்கு நடுவுல வரவே கூடாது.. பல்லி மிட்டாய் உன்னை விட்டுடுவேனா?? நாளைக்கு தான் நாங்க என்ஜாய் பன்னுவோமே..” என கூறிய தன்வி இயல்பிலேயே நல்லவள் தான்.. ஆனால் அவள் கொண்ட அதீத அன்பு அப்படியாக ஆட்டுவித்தது..

வல்லவனுக்கு வல்லவன் வந்து தானே சேருவான் என்பது போல மறுநாள் காலை இதை விட பெரியதொரு நந்தி வரபோகிறது என்பதை முன்னமே அவள் அறியவில்லை..

பெண்ஓரினச்சேர்க்கையாளர்களை பொறுத்தவரையில் ஆண்கள் என்பவர்கள் அவர்களின் வாழ்வில் பழகவும் நட்பு பாராட்டவும் செய்யலாமே தவிர வாழ்வின் முக்கியமான அங்கமாக இயலாது.. சிலரால் இவர்களை அடையாளங்காண இயலும் என்பதால் தங்களை மறைத்து கொள்வதற்கு மிகவும் பிரயத்தனப்படுகி-

றார்கள்.. தங்களின் உணர்வுகள் எல்லை மீறாது கட்டுப்படுத்தி கொள்கின்றனர்.. தங்களுக்கான துணையை காணும்பொழுது அவர்களுக்குள்ளாகவே காதல் அரும்புகிறது..

ஓரினச்சேர்க்கையாளர்கள் உடல்உறவில் ஈடுபடும் பொழுது பாலியல் ரீதியாக பல நோய்கள் வர வாய்ப்புள்ளது.. உலக சுகாதார அமைப்பின் ஆராய்ச்சி படி ஓரினசேர்க்கயாளர்களின் உறவு நிலை சுகாதாரமானது அல்ல என்ற கூற்றை வெளியிட்டது.. அதன்படி பல நாடுகளில் இது போன்ற உறவு நிலைகள் தடைசெய்யப்பட்டுள்ளது..

ஓரினச்சேர்க்கையை மையப்படுத்தி மருத்துவ ரீதியாக மிகபெரும் கொடிய செயல்களும் அரங்கேற்றப்பட்டு வருகிறது.. சமீபத்தில் ஒரு பெண்ஓரினச்சேர்க்கையாளரின் நேர்காணல் ஒன்றை காண நேரிட்டது.. அதில் அவர் கூறியிருந்ததாவது..

உலக போரினை அடுத்து பாலினசேர்க்கை பற்றி வெளிவரதுவங்கியது: அதில் இருந்து சில மருத்துவ முகாம்களும் செயல்பட்டு வந்தது.. அது எங்களை போன்ற ஓரினச்சேர்க்கையாளர்களை மாற்றும் முயற்சி.. ஒரு இருட்டறையில் அடைத்து ஆண்களின் படங்கள் மட்டுமே காட்டப்பட்டு அவர்களின் மீதான ஈர்ப்பை தூண்டமுயற்சிப்பதும்.. பெண்களின் நிர்வாண படங்களை காணும்பொழுது ஏற்படும் உணர்வுகளை கட்டுப்படுத்த மின்சாரஅதிர்வுகள் கொடுப்பதும் என்று பல்வேறு சிகிச்சைகள் மேற்கொள்ளப்பட்டது.. அதில் இறந்தவர்களும் தப்பி சென்றவர்களும் பிழைத்தவர்களும் உண்டு.. மாற்றம் அடைந்தவர்களின் ஆயுள்காலம் சில நாட்காளாக மாறிவிட்டது... என்கிறார்..

-அமீக்கா

6

ஷ்ரவனை சரித்து தனது பாதையை விட்டு விலக்கியதாக நினைத்து கொண்டு சரமாரியான உற்சாகத்தில் இருந்தாள் தன்வி.. அன்று இரவு மனதில் அப்படி ஒரு அமைதி.. நிம்மதி.. உவகை.. என்னவேண்டுமானாலும் கூறலாம்.. ஒவ்வொருவரும் அவர்கள் புரிந்த அர்த்தத்தோடு தொடரலாம்..

"மீகா.. மீகா.. மீகா.." என கன்னம் கொஞ்சியபடியே சிணுங்கிய தன்வியை புன்னகை இழையோட நோக்கி, "என்ன?? இன்னைக்கு கொஞ்சல்ஸ் ஓவரா இருக்குது.. கோபம் எல்லாம் தீர்ந்துடுச்சா??" என மூக்கின் நுனியை மெலிதாய் அழுத்தினாள்..

"ப்ச்.. கோபம் எல்லாம் இல்லை.." என்ற தன்வி எங்கோ திரும்பி கொள்ள, "அடி கள்ளி.. நீ திரும்பிக்குறதை பார்த்தா சரியா தோனலையே.. என்னையே சீட் பண்ணி வரவச்சிட்டியா?? நீ பீல் பண்ணுறன்னு தெரிஞ்சதும் உடனே பொண்ணு பார்க்க வந்தவங்களை கூட மதிக்காம வீட்ல சண்டை போட்டுட்டு வந்துருக்கேன்.. டிராமா பண்ண கூட கத்துக்கிட்டியாடி என் செல்ல ராணியே.." என கிச்சுகிச்சு மூட்ட துவங்கினாள் அமீக்கா..

சிரித்து சிரித்து வயிறு வலித்த தன்வி அப்படியே பட்டுகரங்களால் அமீக்-காவின் காதுவழி கலைந்த ஒற்றை முடிகற்றையை திருகி கொண்டே மார்பில் சாய்ந்து கொள்ள, கழுத்தினை வளைத்து கொண்ட அமீக்கா அவளின் உச்சந்-தலை மீது முகவாயை முட்டி கொண்டு "இப்போ ஓகே வா.." என்றாள்..

மெல்லமாய் பவளவிழிகளை மூடி திறந்த தன்வி, "ம்ம்.." என அந்த நொடி-களை கொடிகளாக்கி தன் நினைவு புத்தகத்தில் தவழ விட முயன்று கொண்டி-ருந்தாள்.. அப்பொழுது கால்களுக்கு கீழே அதிர்வை உணர்ந்து, "என்ன??" என வினவ, "என்னோட போன் தான்.. ஷ்ரவன் கால் பண்றான்.. ப்ச்.. அப்புறம் பேசலாம்.. சரி நீ சொல்லு.." என்றவள் போனை ஷார்ட்ஸ் உள்ளே வைத்து அணைத்தாள்..

"ஏன் மீகா நீ அட்டென்ட் பண்ணல.."

"ப்ச்.. அது ஒன்னும் முக்கியமான கால் இல்லை தனு.."

“நான் பக்கத்துல இருக்குறதுனால எடுத்து பேச ஷையா இருக்குதா??”

“என்னை பார்த்தா இப்படி ஒரு கேள்வி கேக்குற..”

“ஆமால.. நீ தான் வெட்கம், நாணம், பயிர்ப்புன்னு சொன்னா எந்த மார்கெட்ல கிடைக்கும்னு கேட்பியே.. அதை விடு.. உனக்கும் ஷ்ரவனுக்கும் ரிலேஷன்ஷிப் எப்படி போகுது??”

“ஷ்ரவன்.. ம்ம்... குட் பாய்.. பெஸ்ட் கம்பேனியன்.. இட்ஸ் குட்யா..”

“அப்புறம் ஏன் போன் அட்டென்ட் பண்ணல..”

“விடவே மாட்டியா?? நீ ஏதோ பேசணும்னு வந்த.. சோ அட்டென்ட் பண்ணல.. லாயர்னு நினைச்சிக்கிட்டு லம்பி லம்பி கேள்வி கேக்குற..”

“கோச்சிக்காத..” என கன்னம் கொஞ்சினாள் தன்வி..

அடுத்த ஐந்து நிமிடங்களுக்கு அமைதியே நிலவ, அமீக்கா தனுவின் கூந்தலை கோதி விட்டுக்கொண்டிருந்தாள்.. விட்டத்தை வெறித்து நோக்கி கொண்டிருந்தவளுக்கு இது தான் சரியான சமயம் என்று தோன்றிட, “மீகா.. சப்போஸ்.. நானா?? ஷ்ரவனா??ன்னு ஒரு சிச்சுவேஷன் வந்தா நீ யாரை சூஸ் பண்ணுவ..” என்று ஒரு தைரியத்தில் கேட்டுவிட்டாள்.. ஆனாலும் இதயம் தாறுமாறாக துடிக்கும் ஓசை அமீகாவை சென்றடைவதற்குள் கண்களை கொட்ட கொட்ட விழித்து யோசனை நெற்றி பொட்டில் குளமென தேங்க அவளை நோக்கி கொண்டிருந்தாள் தன்வி..

“கொஞ்சம் கஷ்டம் தான்.. பட் அந்த மாதிரி சிச்சுவேஷன் வராம நான் சமாளிச்சுடுவேன்..” என உறுதியாக கூறியவளை செல்லமாக முறைத்து கொண்டே, “ஆன்சர் கேட்டேன்..” என அதிகாரமாய் கேட்டாள்.. வெளியே அதட்டி பேசினாலே அழுது விடும் தன்வி அமீக்காவிடம் அதிகாரமாய் கேட்பது உரிமையின் ஆழம் தானே..

“கொஸ்டீன் பாஸ்ட்.. பத்ரியா?? நானா??ன்னு உன்கிட்ட கேட்டா நீ என்ன செய்வியோ அதே தான்.. ஷ்..ஷ்.. நோ.. நோ மோர் டிஸ்கஷன்.. ஒழுங்கா தூங்கு..” என அடக்கி கண்களை மூடிய தன்வியை தாலாட்டு பாடாமல் உறங்க வைத்தாள் அமீக்கா..

தன்வி தெளிந்து கொள்வதற்காக கேட்கப்பட்ட கேள்வி தற்பொழுது அமீக்காவை குழப்பி விட்டது.. இரண்டு நாட்கள் கூட அவளை விட்டு பிரிந்திருக்க முடியாது உயிர் வலி காண, முற்றிலும் தன்னை விட்டு நீங்கினாளானால் என்ன நிகழுமோ?? எப்படியும் இரண்டு மாதங்கள் கூட கிடையாது என்பதை மூளை உணர்ந்து கொண்டாலும் இதயத்தால் அதனை எதிர்கொள்ளவே இயலவில்லை.. அன்று கூட மதியோடு அவ்வார்.. இப்பொழுது நினைத்தாலும் கன்னங்கள் பழுக்க நான்கு அடிகள் விட வேண்டும் என்று தான் தோன்றுகிறது.. ஆனால் அவளின்

பட்டு கன்னங்கள் ரணப்படுமே என்பதால் ஆத்திரத்தை அடக்கி கொள்கிறாள்.. அணுஅணுவாய் ரசித்திடவும் அனுபவித்திடவும் கிடைக்கும் இந்த நொடிகள் இனி கிடைக்க போவதில்லை என நினைக்கும் பொழுதே நெஞ்சை பிசைந்தது.. யோசனைகளுக்கிடையே உலவி கொண்டிருந்த அமீக்கா, ரீங்காரமிட்ட தனது போனை துழாவினாள்..

தோ.. தன்விக்கு கீழே கிடக்கிறது.. அவளை எழுப்பி தான் போனை எடுக்க வேண்டுமென்ற நிலையில் முயற்சியை கைவிட்டாள்.. அறைக்குள் அங்கலாய்ப்-போடு அங்கும் இங்கும் நகர்ந்து கொண்டிருந்தவளை தூங்குவது போல பாவலா செய்து கொண்டிருந்த தன்வி ஓரகண்ணால் நோட்டமிட்டாள்.. அவளின் கவலை ஷ்ராவனிடம் பேசவில்லை என்பதால் என தவறாக எண்ணி கொண்டு போனின் மீது அழுத்தம் கொடுக்க நெருக்கடியின் அழுத்தம் தாளாமல் ஆப் பட்டனை அதுவே அழுத்தி கொண்டு உறக்கத்திற்கு சென்றது..

நைட் லாம்ப் டேபிளில் தன்விக்கு புதிதாக வாங்கி கொடுத்த புது போன் இருக்க, ஷ்ரவனை அழைத்து அமீக்கா பேசி கொண்டிருக்கையில் நடிப்பில் இருந்த தன்வியோ, “மண்டைல இருந்த கொண்டையை மறந்துட்டியே தன்வி.. எந்த ஒரு விஷயத்தையும் ப்ளான் பண்ணி பண்ணனும்.. ப்ளான் பண்ணலைன்னா இப்படி தான் நடக்கும்..” என தலையிலடித்து கொண்டாள்..

மறுநாள்,

காலையில் எழுந்ததில் இருந்தே படுஉற்சாகமாக காணப்பட்ட தன்வி புத்து-ணர்வோடு கிளம்பினாள் தனது புதிய நகரத்தில் அமீக்காவோடு நேரம் செலவ-ழித்து உலா வருவதற்கு.. உயர்த்தி கொண்டையிட முயன்ற அமீக்காவை சுருள் சுருளாக மாற்றி போனிடேயிலாக முனிந்தாள்.. “இப்போ தான் ரொம்ப கியூட்டா இருக்குற..” என நெற்றி முறித்தவளை மறித்தது வாசலில் காலிங் பெல் ஓசை..

“சைத்தான் கே பச்சே.. எத்தனை தடவை அழிச்சாலும் திரும்ப திரும்ப பொறந்து வர்றான்..” என திட்டுக்களை முனங்கி கொண்டே கதவை திறக்க அவள் வாயில் பலப்.. வந்து நின்றது ஷ்ரவன் என்னும் பல்லி மிட்டாய் இல்லை.. பத்ரி என்னும் பாதாளம்..

அவனை கண்ட நொடி தலை கவிழ்ந்து கொள்ள, முகவாயை ஒற்றை விரல் கொண்டு நிமிர்த்திய பத்ரி.. “ஹாய் டார்ல்ஸ்.. என்னை பார்த்ததும் பழைய ஷைனஸ் வந்துடுச்சா..” என கண்களை சிமிட்ட, “ம்ம்..” என வேண்டா வெறுப்-பாக காண்டாமிருகத்தை பார்த்தது போல முறுவலித்தாள்..

கண்கள் நிரம்ப காதலுடன் அவளை நெருங்கி இடை வளைக்க, அவஸ்-தையாக உணர்ந்தாள் தன்வி.. “யாரு??” என்றபடியே வந்த அமீக்கா இருவரின் நெருக்கத்தை உணர்ந்து மௌனமாகி கொள்ள, அவளின் நிமித்தம் விலகி கொண்-டான் பத்ரி..

"ஹாய் அமீக்கா.. நீங்களும் இங்க தான் இருக்குறீங்களா?? சூப்பர்.." என்ற பத்ரியை, "வாங்க பத்ரி..." என வரவேற்றாள் அமீகா.. நேற்று பிரிட்ஜில் மீந்திருந்த வொயினை உள்ளே தள்ளி ஜூஸை கிளாசில் ஊற்றி வர, பத்ரியின் அருகே பொம்மையாக அமர்ந்திருந்தாள் தன்வி..

கைகளில் ஏந்தி வந்த கிளாசை அவனிடம் கொடுத்து விட்டு, "இது எனக்கு பழக்கமில்லை.." என்கவும், "இட்ஸ் ஓகே.. நான் இவ்ளோ உபசரிப்பை அமீக்கா கிட்ட எக்ஸ்பெக்ட் பண்ணமாட்டேன்.." என்றான் அந்த ஜென்டில் மேன்.. "அப்புறம்.. உங்க வொர்க் எப்படி போகுது பத்ரி.. ஆல் குட் தானே.." என்று கௌச்சில் அமர்ந்தவாறே நலம் விசாரிக்க, "யா.. இட்ஸ் டூ குட்.." என்றான்..

"தென்.. நீங்க.." எனும் பொழுதே கேள்வியை புரிந்து கொண்ட பத்ரி, "டூடேஸா தன்விக்கு கால் அண்ட் மெசேஜ் பண்றேன்.. நோ ரிப்ளை.. காண்டாக்ட் நாட் ரீச்சபிள்ல இருந்துச்சு.. சோ நேர்ல பார்த்து பேசலாம்னு வந்தேன்.." என மிகவும் தாழ்மையாக கூற, "இந்த காலத்தில் இப்படி ஒரு காதலனா??" என அமீக்கா இதழ் வளைக்க, நிர்மலமான முகத்துடன் வீற்றிருந்தாள் அவனின் காதல்தேவி தன்வி..

"தன்வி போன் ப்ரேக் ஆனதுனால உங்களால காண்டாக்ட் பண்ண முடியலன்னு நினைக்குறேன்.. ஓகே.. நீங்க பேசிட்டு இருங்க.. நான் வந்துடுறேன்.." என்ற அமீக்கா அவர்களுக்கு தனிமையை அளித்து எங்கோ கிளம்பி சென்றாள்.. தன்வியின் நலனிற்காக அங்கிருந்து கிளம்புகிறாள் தான் ஆனாலும் அவளோடிருக்கும் மணி துளிகள் குறைந்து போனதே என்ற தவிப்பும் மேலோங்கியது..

தனக்கிருக்கும் பயம் தெரிந்தே தன்னை விட்டு செல்கிறாளே என்ற தவிப்பு தன்வியை நெட்டி தள்ள, "என்ன டார்ல்ஸ்.. அவுட்டிங் போலாமா?? இந்த மும்பையோட பேஸ்ட் ப்ளேசஸ் சுத்தி காட்டுறேன்.. நிறைய மனுஷங்களை பார்க்கும் போது உன்னோட பயம் தானா விலகிடும்..." என ஆதரவாக தோளணைக்க அதிர்ந்தாள்..

இவளின் பயத்தினை அவன் எப்படி அறிவான்?? என்ற திகிலோடு நோக்க, முகம் முழுவதும் பயத்தை அப்பியிருந்ததை கண்டவனாக "கூல்.. கூல்.. உன்கிட்ட கேசுவலா பேசுறதா நினைச்சிட்டு உன்னை பயமுறுத்திட்டேனா?? சாரி.." என காதை பிடித்து மன்னிப்பு கேட்டவனை பார்த்து சட்டென சிரித்தாள் தன்வி..

இந்த இயல்பிற்காகவே மனதிற்குள் போராடியவன் இப்பொழுது நிம்மதியான பெருமூச்சோடு, "தன்வி.. உனக்கு இருக்குற சைக்கலாஜிக்கல் பியர் பத்தி அமீக்கா பேசினாங்க.. அதுக்கு அப்புறம் தான் நான் பண்ணின முட்டாள்தனம் தெரிஞ்சிது.. நானும் பர்ஸ்ட் மீட்லயே அட்வான்டேஜ் எடுத்துக்கிட்டு அந்த கொஸ்டீன் கேட்டிருக்க கூடாது.. சோ சாரி.. நாம பர்ஸ்ட் பிரெண்ட்ஸ்.. அப்படின்னா

நமக்குள்ள ஒரு அண்டர்ஸ்டாண்டிங் கிடைக்கும்.. நீ என்கிட்டே நார்மலாவே பேசு.. ஜஸ்ட் ஒரு ரயில் சிநேகம் மாதிரி..” என எடுத்து கூற அவளால் தற்பொழுது தளர்வாக உணர முடிந்தது..

வெளியில் அழைத்து சென்றவன் பல புதிய இடங்களையும் சிறப்பு மிக்க இடங்களையும் சுற்றி காண்பிக்க இருவருக்குள்ளும் ஒருவித புரிதல் ஏற்பட்டது.. தன்விக்கு முன்பு போல தயக்கம் இன்றி அவனுடன் உரையாடுவது இதமாக இருந்தது.. புதிய மனிதர்கள் அவளின் குறுகிய வட்டத்தினை மாற்றியிருக்க குற்றஉணர்வினை தவிர்த்திருந்தாள்..

பத்ரியின் அன்பான கவனிப்பாலும் அழகான அக்கறையினாலும் அவனுடன் இருக்கும் பொழுது மகிழ்ச்சியாக இருந்தாள்.. ஆனால் ஆனந்தம்?? அதற்கு நேரம் எடுக்குமே.. ஆனாலும் அமீக்காவிடத்தில் இருக்கும் அவளின் ஆனந்தம் இவனிடம் தோன்றுமா என்ற கேள்வி தொக்கியே நின்றது.. சிரித்து பேசி நட்பாக அரட்டை அடித்து அளவில்லாமல் அடித்து பிடித்து விளையாட தொடங்கியிருந்த தன்வியை ஒவ்வொரு பிரேமிலும் ரசித்து லயித்தான் பத்ரி..

இறுதியாக இந்திய வாயிலினை அடைய மாலை நேரத்து மக்களினை காண்பதற்கே ஆயிரமாயிரம் கண்கள் வேண்டும் போலிருந்தது.. வரிசையாக அடுக்கப்பட்டிருந்த ரோட்டோர கடைகளும், சுற்றுலா பயணிகளும், உணவிற்காக பறந்து வரும் புறாக்களுமாக அவ்விடத்தை நிறைவாக மாற்றி கொண்டிருக்க, கண்குளிர ரசித்து கொண்டிருந்த தன்வியின் மனமானது ‘ஒருநாள் மீகாவோட வரணும்..’ என குறித்து கொண்டது.. இந்த ஒரு விஷயம் தான் அவளுக்கு புரியவே இல்லை.. ஏன் தனது வாழ்வில் எந்த நிகழ்வானாலும் மீகாவை உட்புகுத்தியே பார்க்கிறது இந்த மானங்கெட்ட மனம்..

திடீரென பறவைகளுக்கு நடுவே முட்டியிட்ட பத்ரி..

“என் அன்பே..
அழகென்று அடைந்திட
அலையவில்லையடி..
அனைத்துமாய் அணைத்து
அழைக்கிறேன்..
அணுஅணுவாய் ஆழமிறங்கும்
அலைகடலே..
அன்பின் அழகியலை
அனுபவிக்கலாமா??”

என முட்டியிட்டு காதலை தெரிவிக்க, அந்த நொடி சூழ்ந்திருந்த பலரும் அதிசயித்து கொண்டிருக்க, அதிசயிக்க வேண்டியவளோ அதிர்ந்து அனர்த்தமாய் நோக்குகிறாள்.. இவன் கூறும் ஒவ்வொரு வார்த்தைகளும் அவளுக்கும் அவளின்

ராங்கிக்காகவும் பிரத்யேகமாக எழுதப்பட்டது போன்று தோன்றுகிறது..

அந்த குழப்பத்தை விடுத்தால், இதற்கு பதில் என்ன கூறுவது?? மீண்டும் குழம்பி தான் போகிறாள்..

“பத்ரி.. எனக்கு உங்களை பிடிக்கும்.. பட் லவ்?? எனக்கு என்ன சொல்றதுன்னு தெரியல.. டைம் கேட்டு உங்களை வெயிட் பண்ண வைக்க தோணலை.. இந்த நேரம் என்கிட்டே எந்த பதிலும்.. யம் சாரி..” என அவனுக்கு புரிய வைப்பதற்காக கெஞ்சும் தொனியில் கூறிகொண்டிருக்கும் போதே தூரமாக நெற்றியில் காயத்துடனும் ஆடைகளில் கரையுடனும் புல்லட்டில் சென்று கொண்டிருந்தது ஒரு உருவம்..

அது மீகா தான்.. காலையில் வாரி விட்ட வளைவு நெளிவுகள் கொண்ட கூந்தல் காற்றில் கரம் நீட்டி அழைக்கிறதே.. “பத்ரி.. ஒன் மினிட்..” என்ற தன்வி பின்னாலேயே வேகமாக ஓடி களைத்து ஒரு கட்டத்தில் ரிக்ஷாவை பிடித்து வீட்டை அடைந்தாள்.. அறை முழுவதும் இருள் மட்டும் பிரகாசிக்க, சுவற்றில் துழாவி விளக்கை ஒளிர விட்டாள் தன்வி..

அங்கே ருத்ரமூர்த்தியாய் நடுவீட்டில் அமர்ந்திருந்த அமீக்காவின் உருவமே பயத்தினை தர, அருகே சென்று “மீகா.. மீகா..” என உலுக்கினாள்.. நிமிர்ந்து பார்த்தவளின் விழிகளில் கோபம் எரிந்து கொண்டிருக்க, “பேசாம இரு தனு..” என கர்ஜிக்க, அந்த அதட்டலில் அரண்டு போனாள் தன்வி..

“மீகா..” என அடிபட்ட குரலில் அனத்திய தன்வியை, காண இயலாமல் “இங்க வா..” என அழைத்தாள்.. தனக்கருகே அமர்த்திட, “ஐயோ காயம்.. என்னாச்சு.. மீகா.. என்ன இது?? எப்படி ரத்தம்?? என்ன நடந்துச்சு..” என தன்வி அக்கறை கேள்விகளை அடுக்கி கொண்டே செல்ல, “ஷ்ரவன் அலர்ஜி தெரிஞ்சும் ஏன் பிரான் வாங்கிட்டு வந்த??” என அழுத்தமாக கேட்டவளிடத்தில் கூற பதில்கள் இல்லை..

“சொல்லு தனு.. ஏன் அப்படி பண்ணின?? ஸீ பூட் ஏன் வாங்கிட்டு வந்த?? இது கோஇன்சிடேன்ட்டா நடந்ததா?? இல்லை.. தெரிஞ்சே தான் பண்ணுனியா??” என கேட்கும் அமீக்காவின் விழிகளை காணும் தைரியம் இல்லாமல் தலையை கவிழ்த்தி கொண்டே, “நான் தான் வாங்கினேன்..” என்றாள்..

அடுத்த நொடி அமீக்காவின் கரங்கள் ஆங்காரமாய் ஓங்கி பின் அன்பினால் தாழ்ந்திட, “ஏன் தனு??” என்றவளின் குரல் உடைந்திருந்தது.. தன்வியை காயப்படுத்தி விட்டு பின்னர் தானே காயத்தின் வலியை அனுபவிக்க இயலாதே.. ஆனாலும் அவள் செய்த தவற்றை உணர வைப்பது தானே தலையாய கடமை..

“எனக்கு ஷ்ரவனை பிடிக்கல.. மீகா.. நம்ம ரெண்டு பேருக்கும் நடுவுல அவன் வர்றது எனக்கு பிடிக்கல.. நம்மள பிரிச்சிடுவான்.. மீகா..” என தேம்ப

துவங்க, "தனு.. இங்க பாரு.. என்னை பாரு.." என முகத்தை தன்பக்கம் இழுத்து, "தனு.. நாம ரெண்டு பேரும் என்னைக்குமே பிரிய மாட்டோம்.. நான் உனக்கு ப்ராமிஸ் பண்றேன்.. நீ தேவையில்லாம பயந்து அடுத்தவங்களை ஹர்ட் பண்ணாத.. பத்ரி மாதிரி ஷ்ரவனும் நல்லவன் தான்.. அவங்களால நாம பிரிய மாட்டோம்.." என அக்கறையாய் கூறிய அமீக்காவின் கண்களிலும் நீர்த்துளி எட்டிப்பார்த்தது..

"மீகா, நீ என்ன சொல்ல வர்ற?? நீ பத்ரியை அக்செப்ட் பண்ணின மாதிரி நானும் ஷ்ரவனை அக்செப்ட் பண்ணிக்கனுமா?? இது எந்த மாதிரி லாஜிக்.." என கேட்ட தன்வியிடம் ஒரு ஏக்கம்.. "சோ.. நீ இதை நிறுத்தமாட்டல்ல.. கண்டினியஸ்ஸா ஷ்ரவனை ஹர்ட் பண்ணிட்டு இருக்க போற.. ஷ்ரவன் ஹர்ட் ஆகும் போது நானுமே ஹர்ட்.." அதற்கு மேல் பேச விடாமல் அவளின் இதழை தன்னிதழால் முற்றுகை இட்டிருந்தாள் தன்வி..

பத்தொன்பதாம் நூற்றாண்டுகளில் சில பாலியல் வல்லுனர்கள் வகைப்படுத்தும் பொழுதே ஓரினச்சேர்க்கையாளர்கள் என்ற பிரிவில் பெண்களும் அடக்கம் என்பது தெரிய வருகிறது.. பதினேழாம் நூற்றாண்டுகளில் தங்களை வெளிப்படுத்திக்கொண்ட ஆண்ஓரினச்சேர்க்கையாளர்கள் அனுபவித்த கடுமையான தண்டனைகளை பார்த்து பயந்து தங்களுக்குள்ளாகவே ஒரு மறைவை ஏற்படுத்தி வாழ்ந்து வந்தனர்.. இன்னும் சில பேர் தற்கொலையும் செய்கிறார்கள்..

பெண்ஓரினசேர்க்கயாளர்கள் வெளிவந்ததில் முக்கியமான பங்கு வகிப்பவர் கவிஞர் சாப்போ.. இவரின் கவிதைகளில பெண்ஓரினச்சேர்க்கையாளர்களை அடையாளப்படுத்தியுள்ளார்.. அல்கெர்னோன் சார்லஸ் ஸ்வின்பர்னின்கவிதை 1866ல் வெளியான போது 'லெஸ்பியன்'ன்ற வார்த்தையை குறிப்பிட்டிருக்கிறார்.. 'லெஸ்பியன்' என்ற வார்த்தை 'லெஸ்போஸ் தீவில் இருந்து' எடுக்கப்பட்டது..

அடுத்தடுத்த காலகட்டத்தில் மனிதன் ஒவ்வொரு பரிணாம வளர்ச்சி அடையும் பொழுதும் அறிவில் சிறந்து விளங்க, பாலின வேறுபாடுகளும் வளர்ந்த வண்ணமே இருக்கிறது.. ஒவ்வொரு காலக்கட்டத்திலேயும் ஒரு சிலர் தங்களை வெளிப்படுத்த முயற்சி செய்து பலவிதமான இன்னல்களுக்கு ஆட்பட்டிருக்கிறார்கள்

-அமீக்கா

7

சற்று நேரத்திற்கு முன்,

ஹோட்டல் சென்று ஷ்ரவனின் உடல்நிலை குறித்து நலம் விசாரிக்க சென்ற அமீக்கா திடுக்கிடும் தகவலோடு திரும்பினாள்.. அவனுடைய அலர்ஜி கடல் உணவு உண்டதால் தான் என்று மருத்துவர்கள் கூறிவிட, அதற்கு காரணம் யார் என்பதை யூகித்து விட்ட கோபத்தில் திரும்பி கொண்டிருந்தாள்.. தனக்கு ஷ்ரவனை பிடிக்கவில்லை என்று ஒற்றை வார்த்தை உதிர்த்திருந்தால் போதுமே மறுநொடியே சூழ்நிலையையே மாற்றியிருப்பாளே.. ஏன் இந்த முட்டாள்தனம் செய்தாள்?? என் செல்ல ராணிக்குள்ள இவ்ளோ விஷமம் இருக்குமா?? என்று மாறி மாறி தனக்குள்ளே கேள்விகள் கேட்டு கொண்ட அமீக்கா, "அவளுக்காக சூழ்நிலையை மாற்றலாம்.. ஷ்ரவனை கூடவா??" என்ற கேள்வியை கேட்டிருந்தால் தவறான புரிதல்கள் முடிவிற்கு வந்திருக்கும்..

வரும் வழியில்,

ஒரு சாலையையே மறித்து, **** 3 ரோஜாக்கள் டீ விளம்பரத்திற்கு ஒத்திகை நடைபெற்று கொண்டிருந்தது.. பல நேரங்களில் அவளை எரிச்சல்படுத்திய ஒன்று என்னவென்றால் மும்முரமாக ஹாட்ஸ்டாரில் 'நவம்பர் ஸ்டோரி' பார்த்து கொண்டிருக்கும் போது குறுக்கிடும் மூன்று விளம்பரங்கள் அனைவரையுமே எரிச்சலுற செய்தாலும் அமீக்காவை உச்சகட்டத்திற்கு கொண்டு செல்லும் விளம்பரம் இதுவே தான்.. காரணம் பின்னே..

மழைகாலங்களில் காரை தட்டும் திருநங்கை ஒருவரை எரிச்சலோடு நோக்கும் பெண்மணி தேநீரை கொடுத்ததும் மகராசி என்று விடுவது தான்.. ஏற்கனவே குழப்பத்தில் இருந்து கொண்டிருந்த அமீக்காவிற்கு கோபத்தை தூண்டும் காரணியாக மாறிபோனது இந்த சூழ்நிலை..

நேரே, இயக்குனரின் இருக்கையை அடைய, பகுமானமாய் வீற்றிருந்தவனை புழுதியில் உருட்டி அடிக்க வேண்டும் என்ற வெறி கிளம்பினாலும் நாகரிகமும் அவள் கற்ற ஒழுக்கமும் தடுத்து நிறுத்தியது.. அமைதியாக அருகில் சென்றவள், "சார்.. இந்த ஆட் உங்களோடது தானா??" என கேட்டாள்..

“ம்ம்.. எஸ்.. இதுல என்ன டவுட்??” என ஏறிட்டவனிடம் “உங்க மேல டவுட் இல்ல சார்.. உங்க கிட்ட டவுட்..” என்ற அமீக்காவை மேலும் தொடருமாறு சைகை செய்தான்.. “ஸீ.. உங்களோட ப்ராடக்ட் என்ன சார்?? டீ ஆர் காபி.. வாட் எவர்.. அது பாய்ன்ட் இல்லை.. ஆட் பண்றதுக்கு கன்டென்ட் இல்லைன்னா அனிமேஷன் யூஸ் பண்ணலாமே சார்.. ஏன் ட்ரான்ஸ்ஜென்டேரை யூஸ் பண்றிங்க??” என கேட்டதும் நெற்றியை சுருக்கினான்..

“பிகாஸ், ட்ரான்ஸ்ஜென்டர் வர்றப்போ சொசைட்டியில அவங்களை பத்தின ஒரு விழிப்புணர்வு கொடுக்குற மாதிரி இருக்கும்..” என பொருந்தாத பதிலுறுக்க, பத்தி கொண்டு வந்தது அமீக்காவிற்கு.. “எனக்கு புரியல சார்.. உங்க ஆட் கன்டென்ட் ஆடா (odd) இருக்கணும்.. நாலு பேரு திரும்ப போட்டு பார்க்கணும்.. வித்தியாசமா பண்றீங்கன்னு ஒரு அட்டென்ஷன் உங்களுக்கு வேணும்னு பண்றீங்கன்னு உண்மையை ஒத்துக்கோங்க சார்.. உங்க கன்டென்ட் படி அவங்களுக்கான அவேர்நெஸ் குடுக்கல.. அவமானப்படுத்துறீங்க.. உங்களோட அன்செர் படியே பார்த்தாலும் இந்த இடத்துல உங்க முடியை பிடிச்சு கீழே போட்டு மிதிச்சு அடிச்சு அவமானப்படுத்துறேன்னு வச்சிக்கலாம்.. பப்ளிக்ல ஒரு டிசென்ட் பொசிஷன்ல இருக்குறவங்களை அவமானப்படுத்த கூடாதுன்னு நானும் ஒரு அவேர்நேஸ் கிரியேட் பண்ணினதா ஆகாதா??” என்றதும் அவனின் முகத்தில் எள்ளும் கொள்ளும் வெடிக்க, சடாரென எழுந்து கொண்டான்..

“ஏய்.. ஒரு மேனேர்ஸ்க்காக உக்கார வச்சு பேசிட்டு இருந்தா ரொம்ப பேசுற..” என கடிந்து விட்டு, “பாய்ஸ்..” என அழைத்து வெளியேற்றுமாறு கட்டளையிட்டான்.. அவர்களின் பிடியில் திமிறி கொண்டிருந்த அமீக்காவோ, “சொசைட்டில தப்பு நடக்குதுன்னா எது சரின்னு மக்கள் கண்ணுக்கு காட்டுங்க.. அதே தப்பை திரும்ப போட்டு நஞ்சா மாத்தாதீங்க.. உண்மைய சொன்னா ஏத்துக்குற பக்குவம் எப்போ வருதோ அன்னைக்கு தான் இந்த சொசைட்டி ஒரு சரியான ஸ்ட்ரக்ச்சருக்கு வரும்..” என கத்தினாள்..

அவளை பேச விடாது இழுத்து கொண்டிருந்த ஒருவனின் மூக்கில் ஓங்கி குத்து விட்டு, “போர்ஸ் பண்ணின போட்டுடுவேன்..” என மிரட்டவும் அவ்விடம் கைகலப்பானது.. சமூகத்தில் நடைபெறும் கீழ்த்தரமான செயல்களை எதிர்த்து எதிர்கருத்துக்களை முன்வைப்பதினால் தோன்றும் போராட்டங்களையும் மிரட்டல்களையும் எதிர்த்து பழகியவளுக்கு இது ஒன்றும் பெரிதாகப்படவில்லை.. அவளுடைய வரவை மும்பை எதிர்பார்க்காததால் நெற்றியில் காயமும் ஆடையில் கரையும் பரிசாக பெற்று சேர்ந்தாள்..

தற்பொழுது,

தன்வியின் இதழ் முற்றுகையில் திடுக்கிட்ட அமீக்கா அசையாமல் சிலையென சமைந்திருக்க, முத்திரை பதிக்கப்பட்டதும் விலகி கொண்டது அவளின் இதழ்கள்..

இரண்டு நிமிடங்களில் அதிர்ச்சியை அனாயசமாக எரிந்து விட்டு, “நீ என்ன காரியம் பண்ணின தனு.. பைத்தியமா நீ??” என விழிகளை விரித்து கடிதலோடு கேட்டாள் அமீக்கா..

நெற்றில் தவழ்ந்த கூந்தலினை கோதி உச்சந்தலையில் நிற்க வைத்தபடி, “மீகா.. நீ என்ன திட்டுனாலும் இது தான் நான்..” என்றவள் பெருமூச்சிட்டாள்.. புருவம் நெரித்த அமீக்காவோ, “நீ.. நீ..” என வார்த்தைகள் நாட்டியமாட, “ஆர் யூ லெஸ்போ??” என கேட்டிட்டாள்.. அதற்கு அவளின் சிரம் மேலும் கீழுமாய் அசைய மொத்த உலகமும் ஆடிப்போனது அமீக்காவிற்கு..

அதிர்ச்சியில் வேகமாக துடிக்கும் இதயத்தினை மட்டுப்படுத்த முயன்று கொண்டே தன்வியை நோக்க, சலனங்கள் ஏதுமின்றி தலையை கவிழ்த்திருந்தாள்.. ஒரு வேகத்தில் கத்திவிட்ட தனது ஆத்திரத்தை நினைத்து வருத்தத்தோடே தன்வியின் வதனத்தை நிமிர்த்தினாள்.. “தனு.. நீ லெஸ்போ இல்லை.. இது உனக்கு கன்பியூசன் ஸ்டேட்.. நீ பயப்படாத.. எல்லாம் சரியாய்டும்..” என சமாதானம் செய்ய முயல, “இல்ல.. மீகா, எதுவும் சரியாகாது.. நான் லெஸ்பியன் தான்..” என்ற தன்வி குலுங்கினாள்..

“நோ.. நோ.. நீ நினைக்குறது தப்பு.. உள்ளூர்லேயே இருந்து பசங்க கிட்ட பழகாததுனால உனக்குள்ள இன்பீரியாரிட்டி காம்ப்ளெக்ஸ் உருவாகியிருக்குது.. மும்பை வந்து பார்த்த சில விஷயங்கள் உனக்குள்ள ஒரு குழப்பமா மாறி இந்த நிலைமைக்கு கொண்டு வந்துருக்குது.. முதல் நாள் நீ கூட சொன்னியே உன்னோட ஆபீஸ்ல ரெண்டு பொண்ணுங்க லெஸ்பியன் ரிலேஷன்ஷிப்ல இருக்குறாங்கன்னு.. டெய்லி அவங்களை பார்க்குறதுனால உனக்கு அப்படி தோணியிருக்கும்.. சின்ன வயசுல கூட அத்த சொல்லுவாங்களே.. எந்த விஷயத்தை பார்த்து நாம வளருரோமோ அதுவா தான் ஆகுறோம்.. புரிஞ்சிக்கோ..” என்ற அமீக்காவின் குரலில் எப்படியாவது அவளை சமாதானம் செய்து விடுவோமா என்ற ஏக்கம் மின்னியது..

“மீகா.. ப்ளீஸ்.. நான் சொல்றதை நீ புரிஞ்சிக்க ட்ரை பண்ணு.. மும்பை வர்றதுக்கு முன்னாடி இருந்தே எனக்கு இந்த பீல் இருக்குது.. வீட்ல மதியோட.. மறந்துட்டியா மீகா..” என நினைவுப்படுத்த அமீக்காவிற்கு பிரச்சினையின் தீவிரம் சிறிது சிறிதாக விளங்க தொடங்கியது..

அமீக்காவின் கைகளுக்குள் அடைக்கலமாகி கொண்ட தன்வி, “நீ என்மேல கோபப்பட்டாலும் சரி.. என்னை அருவருப்பா பார்த்தாலும் சரி.. இது தான் உண்மை.. வீட்ல இருக்கும் போது எனக்கு வந்த பீல்ங்ஸ புரிஞ்சிக்க முடியல.. ஆனா என்னால பத்ரிகிட்ட நெருங்க முடியாததுக்கு கூட நான் லெஸ்பியன்றது தான் ரீசன்.. என்னால ஜென்ட்ஸ் பக்கம் நெருங்க முடியல.. என்னோட அட்ட்ராக்ஷன் கேர்ல்ஸ் மேல தான் இருந்துச்சு.. கேர்ல்ஸ ரசிச்ச அளவுக்கு பாய்ஸை

ரசிக்க முடியல.. எனக்கு இருக்குறது ஒரு வியாதின்னு நினைச்சேன் மீகா.. அப்புறம் தான் உண்மை புரிஞ்சிது.. லெஸ்பியன்னு ஒரு கேட்டகிரி இருக்குது.. அவங்க கிட்ட இருக்குற ஆட்டிடியூட் தான் என்கிட்டயும் இருக்குது.. நான் ஒரு லெஸ்பியன்..” என தன்னை விளக்கி கொண்டிருக்க, எந்த பதிலும் கூறாமல் உணர்ச்சிகள் துடைத்த முகத்துடன் எழுந்தாள் அமீக்கா..

உண்மைகளை ஏற்று கொள்ள அமீக்காவிற்கு அவகாசம் அளிக்கும் பொருட்டு தன்வி, அறையை விட்டு வெளியேற அனுமதி அளித்தாள்.. மனதில் கொண்ட பாரத்தை ஆத்திரத்திலேயே இறக்கி வைத்தாலும் கிடைத்த அமைதியை அனுபவிக்க படுக்கையில் வீழ்ந்த தன்வியின் கண்களோ நில்லாத ஓடையாக உவர் நீரை உகுக்க, உறங்கியும் போனாள்..

இரவு இரண்டு மணியளவில், உறக்கத்தில் இருந்து விடுபட்டவள் எழும் பொழுது, கட்டிலின் அருகே கிடந்த கௌச்சில் உறங்கி கொண்டிருந்தான் பத்ரி.. திடும்திடுமென எழுந்து அமர்ந்த தன்வி, அவனை மெல்ல தட்டியதும் சொருகிய விழிகளை கசக்கியபடி எழுந்தான்..

“பத்ரி.. நீங்க இங்க..” என அவளின் நாவானது குழற, “சில்.. தன்வி.. எந்த ப்ராப்ளமும் நடக்கல.. சோ பி காம் டவுன்.. ஷ்ரவனுக்கு பீவரிஷ்ஷா இருக்குறதுனால அமீக்கா ஹோட்டல் போயிருக்கிறாங்க.. நீ தனியா இருப்பன்னு என்னை பார்த்துக்க சொன்னாங்க..” என தோள்களை குலுக்கினான்.. நெஞ்சில் கைவைத்து மூச்சை வெளியிட்ட தன்வியிடம், “ஆர் யூ ஓகே.. டீ ஆர் காபி ஏதாவது போட்டு தரட்டுமா??” என வினவ, “இட்ஸ் ஓகே பத்ரி.. பரவாயில்ல.. நீங்க தூங்குங்க..” என போர்வையை தலைவழி இழுத்து மூடி கொண்டாள்..

அது வெட்கமும் தயக்கமும் கலந்த நிலை என்று அவன் எண்ணி கொள்ள, அவளோ போர்வையினுள் தூக்கமின்றி துக்கத்தில் தவித்தாள்.. அடுத்து வந்த நாட்களில் அமீக்கா இவள் இருக்கும் பக்கமாய் தலையை கூட காட்டாமல் ஷ்ரவனோடு தங்கி கொள்ள, தினம் தினம் பத்ரியின் பாசத்தினாலும் அக்கறையினாலும் நொடிந்து கொண்டிருந்தாள் தன்வி..

அவளுக்காக அனைத்து வேலைகளையும் புறந்தள்ளி விட்டு மும்பையில் காத்திருப்பதோடு மட்டுமில்லாமல் ஒவ்வொரு விஷயங்களையும் காதலோடு நடத்த, தன்னால் அவனை காதலிக்க இயலாதே என்ற குற்ற உணர்வு மேலோங்கியது.. இது போதாத குறைக்கு மனம் வேறு அமீக்காவின் அருகாமையை வேண்டி துரிதப்படுத்த நாளொன்று மேனியொன்றாய் நலிந்து கொண்டிருந்தாள்..

ஒரு கட்டத்திற்கு மேல் அவ்வுணர்வை தாங்க மாட்டாமல் அவனிடமே தெரிவித்து விட துணிந்து விட்டாள்.. அன்று ஆபிசிற்கு வந்து அழைத்து கொண்ட பத்ரி, உயர்தர உணவகம் ஒன்றிற்கு அழைத்து சென்றான்.. இப்பொழுதெல்லாம் அவன் மிக தீவிர காதலனாக உருவெடுத்து கொண்டிருக்கிறான்.. காலையில்

உணவு தயாரித்து அவளை அனுப்பி விடுவதும் சரியான நேரத்திற்கு அழைத்து கொண்டு இளைப்பாற புதுபுது இடங்களுக்கு அழைத்து செல்வது என்று சிறப்பான சம்பவங்களை நிகழ்த்தி கொண்டிருக்கிறான்..

உண்மையை கூறிவிடும் திண்மம் தன்விக்கு இல்லை என்றாலும் இதற்கு மேலும் குற்றஉணர்ச்சியோடு அவதியுறும் நிலையை களைய முடிவெடுத்து விட்-டாள்.. "பத்ரி..." என உதடுகள் அழைத்தாலும் கைகளோ நாணின் மீதிருந்த தாலில் கோலமிட்டு கொண்டிருந்தது.. "சொல்லு தன்வி.. என்கிட்டே என்ன ஹெசிடேஷன்.." என்றவனின் முகத்தில் இலகுவான புன்னகை.. அவள் வார்த்-தைக்கு பின்னும் இதே புன்னகை இருக்குமா என்றால் கேள்விகுறி தான்..

"ம்ம்.. நான் சொல்ல மறந்துட்டேன் தன்வி.. நெக்ஸ்ட் வீக் நாம ஊருக்கு கிளம்புறோம்.. மேரேஜ்க்கு முன்ன சங்கீத் மாதிரி சின்னதா ஒரு பாங்க்ஷன் வைக்-கலாம்னு பெரியவங்க நினைக்குறாங்க.. நேத்து நைட் அங்கிள் கால் பண்ணியி-ருந்தாங்க.. நான் தான் 'நானே சொல்லிக்குறேன்'னு சொல்லிட்டேன்.." என்றவன் அவளின் அதிர்ச்சியை கவனிக்க தவறியவனாக நாணினை சுவைத்து கொண்டி-ருந்தான்..

"பட் பத்ரி.. நமக்குள்ள.." என தொடங்கியவள் அடுத்து வார்த்தை மேலெ-ழும்பாது தவிக்க, "ம்ம்.. பரவாயில்லையே தன்வி.. நமக்கு இன்னும் நிறைய டைம் இருக்குது.. ஊருக்கு போனதுக்கு அப்புறம் கூடவே தானே இருக்க போறேன்.. பேசி புரிஞ்சிக்கலாம்.." என்றான் அவளின் கேட்க வந்த கேள்வியறிந்து..

"அதில்ல பத்ரி.. நான் என்ன சொல்ல வர்றேன்னா.. நான் இன்னும் மேரே-ஜ்க்கு ரெடி ஆகலைன்னு தோணுது.." என்கவும் முகத்தில் இருந்த புன்னகை மறைந்து, "வாட் டூ யூ மீன்??" என்றான் அழுத்தமாக.. "அ.. அது.. நான்.. வந்து.." என கண்ணிமைகள் வேகமாக அடித்து கொள்ள நாவானது வறண்டு போனது.. அந்நொடி அந்த டேபிளில் மெல்லிய போர்க்குகளின் உரசல் சத்தத்தை தவிர நீண்ட மௌனம் நிலவி கொண்டிருக்க, தனது மனதை எவ்வாறு எடுத்து கூறுவது என குழம்பி தவித்து கொண்டிருந்தாள் தன்வி..

அப்பொழுது, சடுதியாய் "பிகாஸ், தன்வியால உங்களை காதலிக்க முடியாது பத்ரி.. மனசுல வேற ஒருத்தரை வச்சிக்கிட்டு உங்களை எப்படி காதலிக்கவோ கல்யாணம் பண்ணிக்கவோ முடியும்.." என்ற ஷ்ரவனின் குரல் வந்து சேர்ந்தது.. அதிர்ச்சியாக இருவரும் நிமிர, ஷ்ரவனோ முகத்தை தீர்மானமாக வைத்து கொண்டிருந்தான்..

"நீங்க என்ன சொல்றீங்க.. ஐ கான்ட் அண்டர்ஸ்டாண்ட் திஸ்.." என பத்ரி படபடக்க. "தன்வி காதலிக்குறது வேற யாருமில்லை.." என்ற ஷ்ரவன் நகர பின்-னால் அமீக்கா நின்றிருந்தாள்.. தன்வியின் கண்களில் கண்ணீர் கோடாய் வடிந்து

கொண்டிருக்க, “கைஸ்.. என்ன சொல்ல வர்றீங்க.. தன்வியை பார்த்து இப்படி ஒரு வார்த்தை சொல்லுறதுக்கு உங்களுக்கு எப்படி மனசு வந்துச்சு..” என நம்பமாட்டாமல் பொரிந்து கொண்டிருக்க, “பத்ரி... காம் டவுன்.. அண்ட் லிசென் டூ மி.. ஐ யம் லெஸ்பியன்..” என்ற அமீக்காவின் மீது நிலையான பார்வையை குத்தியிருந்த தன்வியின் விழிகள் தனது அமுதநீரை சுரந்து விட்டிருந்தது..

உங்களில் ஒருவர் லெஸ்பியன் என்று தெரிந்தால் என்ன செய்ய வேண்டும்??

அவர்களின் அடையாளத்தினை நண்பர்கள் மற்றும் குடும்பத்தினர் அறிந்து கொள்ளுமாறு செய்ய வேண்டும்.. இது எப்போதும் அவர்கள் சொந்த முடிவாக இருக்க வேண்டும். அவர்கள் வசதியாக உணரும் போது ஒரு நேரத்தில் மற்றவர்களிடம் சொல்லலாம். ஒருவர் தங்களின் பாலினம் மீது சந்தேகம் கொள்கிறார் என்றால் அதற்குரிய விளக்கங்களையும் சரியான புரிதல்களையும் கொடுங்கள்.. முக்கியமாக அவர்கள் தங்களை சுயபரிசோதனை செய்து கொள்ள அவகாசம் அளியுங்கள்..

- *அவர்களுடன் நேருக்கு நேர் பேசுதல்*
- *உரை அனுப்புதல்*
- *தொலைபேசி அழைப்பு செய்தல்*
- *கடிதம் எழுதுதல்*
- *மின்னஞ்சல் எழுதுதல்*

தங்களின் அடையாளங்களை வெளிப்படுத்திய பின்னரும் அவர்கள் பாதுகாப்பாக இருக்கிறாகள் என்பதை உணரசெய்யுங்கள்..

-அமீக்கா

8

பத்ரி அதிர்ந்த விழிகளை மாற்றாமல் தன்னெதிரே அமர்ந்த அமீக்காவை நோக்க, அவனுக்கு அருகில் அமர்ந்தான் ஷ்ரவன்.. பத்ரி அவதானித்து கொள்வதற்காக அவகாசம் அளித்து அமைதி காட்ட அமீக்காவிடம், "உனக்கு என்ன பைத்தியமா அமீக்கா?? என்ன பேசுறன்னு புரியுதா?? பப்ளிக் பிளேஸ்ல இருந்துட்டு இந்த மாதிரி பேசாத.. பாக்குறவங்க தப்பா நினைச்சிக்க போறாங்க.." என சன்ன குரலில் கூறினான்..

"சோ வாட் பத்ரி.. நான் லெஸ்பியன்னு சொல்றதை ஏன் மறைச்சு சொல்லணும்.. இது சுதந்திர இந்தியா தானே.. பத்ரி ஒரு பிஸ்னஸ் மேன்.. அண்ட் நீ ஒரு மேன்னு சொல்றது எப்படியோ அதே மாதிரி என்னோட அடையாளமான லெஸ்பியன்னு சொல்றேன்.. இதுல என்ன தப்பு இருக்குது??" என ஏறிட, "நீ பண்ணிட்டு இருக்குற விஷயத்தோட சீரியஸ்னஸ் புரியுதா அமீக்கா.. இதை தான் நான் முதல் நாளே சொன்னேன்.. உன்னோட அப்க்ரேட் இந்த சொசைட்டிக்கு ஒத்துவராது.. டைம் எடுத்துக்கும்.. நீ ஓவர்அப்க்ரேட்.. தேங் காட்.. தன்வி உன்னோட அதிக டைம் ஸ்பென்ட் பண்றதுக்குள்ள நான் வந்துட்டேன்.. நான் இருக்குறதுனால தான் உன்னோட இந்த இடியட்டிக் திங்க்ஸ் தன்வியை அபெக்ட் பண்ணலை.." என பொரிந்து கொண்டிருந்தான்..

ஷ்ரவனிற்கு கோபம் கொப்பளித்தாலும் சம்பந்தப்பட்ட அமீக்காவே அமைதியாக இருப்பதனால் பொறுமையான சூழலுக்கு தள்ளப்பட்டான்.. "பத்ரி.." என அமீக்கா ஏதோ சொல்ல வருவதற்குள், "வெயிட், பத்ரி.. நீங்க மீகாவை வார்ன் பண்ணியிருக்கீங்களா?? இதை ஏன் என்கிட்டே முன்னாடியே சொல்லல.. இப்போவும் என் முன்னாடியே அதட்டி பேசுறீங்க.. பத்ரி.. உங்களுக்கு மீகா ஓவர்அப்க்ரேடா தான் தெரியும்.. எனக்கு அவளை எக்ஸ்செலென்ட்டாவே தெரியும்.. ப்ளீஸ்.. இனி இன்னொரு முறை என் முன்னாடி மீகாவை தப்பா பேசாதீங்க.." என மூச்சு வாங்க பேசி முடித்தாள்..

அவளின் எதிர்பாராத எழுச்சியில் மூவருமே, "இந்த பூந்தென்றலா புயலாக மாறியது??" என அதிர்ச்சியுற, "நீங்க பேசிட்டு வாங்க.." என சட்டென எழுந்தும்

சென்றாள்.. "பத்ரி.. நான் லெஸ்பியன்னு தான் சொன்னேன்.. ஏதோ வியாதி இருக்குற மாதிரியும் தனுக்கும் ஒட்டிக்கும்ன்ற மாதிரியும் பேசுறீங்க.. உங்களுக்கு எடுத்து சொல்லி புரிய வைக்கணும்னு ஆசை தான்.. ஆனா தனு தனியா போயிட்டு இருக்குறதுனால நானும் கிளம்புறேன்.." என்று விட்டு அமீக்கா எழுந்து செல்ல, ஸ்ரவனோ பரிதாபமாக பார்த்து வைத்தான்..

கோபத்தினால் தெறித்த விழி நீரோடு வேகத்தில் நடந்து கொண்டிருந்தவளின் மனதினுள் தீராத வலியொன்று பரவி கொண்டிருன்க்கிறது.. தீர்க்கும் வழியே வலியாகி போனதினாலா?? சடுதியாய் அவளின் பின்னே ஹாரன் ஒலி கேட்டிட, கூலரோடு ஹெல்மெட் அணிந்திருந்த அமீக்காவின் கைகளில் மற்றொரு ஹெல்மெட் இடம்பெற்றிட பின்னே அமர்ந்திருந்த ஷ்ரவன் வெற்றிடமாகி போனான்.. கண்களாலேயே அமருமாறு பணித்த அமீக்கா நாவினால் கன்னங்களில் மேதினி உருவாக்கினாள்..

தன்வியோ பொதுவெளி என்றறியாது குலுங்கி சிணுங்கி, உதட்டை பிதுக்கி குழந்தையென கண்களை கசக்கிட, அவளின் பக்கவாட்டிற்கு சென்று நின்றது அந்த புல்லட்.. "தனு.. கமான்.. இந்த முறை பிரான் வாங்கி தர அவசியமில்லை.. நான் இல்லாம ப்ரீயா உங்க மீகாவோட ட்ராவெல் பண்ணலாம்.. பட் மீகாவோட பெஸ்ட் ட்ராப் ஏஜென்ட்டா நான் தான் இருப்பேன்.." என கூறிட, முத்துபார்கள் தெரிய சிரித்தவளின் கன்னங்களில் மீந்திருந்த விழிநீர் முத்துக்களாய் உருண்டோடிட தலையசைத்தாள்..

பலமுறை பதிவிருந்த இடம் தான் ஆனாலும் இன்று புதிய உணர்வுகளுடனும் புதிய உரிமைகளோடும் அமர்கிறாள்.. இருபுறமும் கால்களிட்டு அமர்ந்து பிடிமானத்திற்காக அவளுக்கான ராங்கியின் தோள்களில் கரம் வைத்து, ஹெல்மெட்டை அணிந்து பக்கவாட்டு கண்ணாடியில் இருவரின் சரிபாதியான வதனங்களும் ஒரே பிம்பமாக தெரிய, அந்நிமிடம் வேறுவிதமான உச்சக்கட்ட உணர்வு அது..

சில பல தெருக்களில் நுழைந்து வளைந்து புல்லட்டினை செலுத்திய அமீக்காவின் வேகத்தினை கண்டு வியந்து விடுவாள் என்று எண்ணியிருக்க, அவ்ளோ உஷ்ணமான காற்றில் உறங்கி போயிருந்தாள் முன்னாளிருந்தவளின் மேல் கொண்ட நம்பிக்கையினால்.. "தனு.. தனு.." என ஒற்றை கரங்களால் அவளின் கால்களை தொட்டு உலுக்கிட, ம்ஹூம் அசைந்து கூட கொடுத்தாளில்லை.. "சரியா போச்சு போ.. மேடம் தொண்டை தண்ணி வத்த வருங்கால ஹஸ்பன்ட்டுகிட்ட கத்திட்டு ஹஸ்கியா குறட்டை விட்டு தூங்குறாங்க.." என்ற அமீக்கா போக்குவரத்தில் கவனம் செலுத்தினாள்..

பாதுகாப்பான தோள்களில் பகுமானமாய் உறங்கும் பாக்கியம் பலருக்கும் இங்கே கிடைப்பதில்லையே.. பெற்றவளோ அனுபவிக்கிறாள்.. கன்னங்களை வெடிக்க செய்திடும் அளவிற்கு காற்றில் உவர்மனம் கலந்திருக்க, சொருகிய விழி-

களை மெல்ல திறக்கிறாள்.. கண்முன்னே மிதமான கடலலைகள் கருமணற்கரையினை தழுவி விட்டு செல்ல விஸ்தாரமாகவும் நெருகடியில்லாத சாலையுமே காட்சி தந்தது.. "வாவ்.." என அன்னிச்சியாகவே அதரங்கள் அசைய, முன்னால் அமர்ந்திருந்தவளின் இதழில் குறுநகை.. ராங்கியவளின் ரகசிய ரசிப்பை கண்டு கொண்ட ராணியவளோ ரம்மியமாகி போனாள் வெட்கத்தில் திளைத்து..

அங்கிருந்த காபி ஷாப் ஒன்றில் காத்திருந்த கடலன்னையை கண்குர்ளிர ரசித்து கொண்டே ஒவ்வொரு மிடறாக பருகி கொண்டனர்.. அங்கிருந்த ஒவ்வொரு சின்ன சின்ன விஷயங்களையும் ரசித்து மகிழ்ந்த தன்வியை ஆச்சரியப்படுத்துவதில் அலாதி இன்பம் கொண்டாள் அமீக்கா..

கதிரவனோ காதலின் சின்னங்களை கண்டு காதலில் விழுந்தவனாக நிலவு காதலியை தேடி செல்ல, அந்திவான பொழுதில் வோர்லி ஸீ ஃபேசில் ஆளில்லாத இடமாக தேடி அமர்ந்தனர்.. முட்டி மடித்து அமர்ந்த தன்வி பிடிமானத்திற்காக வலது கரத்தை தரையில் ஊன்றிட, அமீக்காவோ இரு கால்களையும் நீட்டில் பின்னால் கரங்களை பதித்து அமர்ந்தாள்..

"இந்த இடம் ரொம்ப அழகா இருக்குதுல்ல மீகா.. உனக்கு ஞாபகம் இருக்குதா?? சின்ன வயசுல மொட்டை மாடியில தெரியுற வின்மீனுக்காக வீட்ல இருக்குற லைட்டை எல்லாம் ஆப் பண்ணிட்டு வேடிக்கை பார்ப்போம்.. அப்போ நமக்குன்னு எந்த கவலையும் இல்லை.. எந்த பிரச்சினையும் இல்லை.. நமக்குள்ள இந்த பிரிவு கூட இல்லை.. அந்த நாட்கள் ரொம்ப அருமையா இருக்கும்.. அப்பா அம்மா அத்த எல்லாரையும் ஏமாத்திட்டு தலையனையோட பனியில நனைஞ்சு அடுத்த நாள் திட்டு அடி வாங்கினது எல்லாம்.. டெய்லி நைட் ஜன்னல் க்ளோஸ் பண்ண போறப்போ தெரியுற விண்மீன்கள் கிட்ட ஏன் அந்த மாதிரியான ஒரு அழகிய ராத்திரிய எங்க கிட்ட இருந்து திருடிகிட்டன்னு கேக்க தோணும்.." என வானை வெறித்தபடி கூறி கொண்டிருந்தாள் தன்வி..

"ம்ம்.. அதுக்கு அப்புறம் உன்கூட இல்லாததுனால தான் என்மேல காதல் வந்துச்சா??" என அமீக்கா சலனமின்றி விளிக்க, திடுக்கிட்டாள் தன்வி.. "தனு, எனக்கு தெரியும்.. உன்னோட ஒவ்வொரு கன்னசைவுக்கும் உள்ள அர்த்தத்தை தெரிஞ்ச டிக்ஷனரி நான்.. என்கிட்டே எந்த பொய்யும் சமாளிப்பும் எடுபடாதுன்னு உனக்கே தெரியும்.." என்ற அமீக்காவின் பார்வை வானை விட்டு விலகவே இல்லை..

அவளின் கரங்களை கட்டிக்கொண்ட தன்வி, "சாரி.. மீகா.. என்னால தானே உனக்கு இவ்ளோ பிரச்சினையும்.. எனக்காக நீயும் லெஸ்பியன்னு பொய் சொல்லி.." என கூறி கொண்டிருந்தவளை, "லேச்பியன்னு சொல்லி.." என திருத்தம் செய்தாள் அமீக்கா.. அவள் செவியில் விழுந்த வார்த்தைகள் சரிதானா என்ற ஆய்வு மூளையில் நடந்து கொண்டிருக்கும் பொழுதே, "நீ ஒரு லெஸ்-

போன்னு உனக்கு எப்போ தெரிய வந்துச்சு..” என அடுத்த கணையை தொடுத்தாள் அவளின் ராங்கி..

“ப்ளீஸ் தனு.. அன்செர் பண்ணு.. உன்னோட ஐ லிட் பாஸ்டா ஒப்பன் க்ளோஸ் ஆகுது.. சோ நெர்வஸா பீல் ஆகுது.. நான் ப்ரீயா தானே பேசுறேன்.. பின்ன ஏன்??” என வினவ, ஒருவாறாக நிலைபடுத்தி கொண்ட தன்வி தொடங்கினாள்.. “ஆக்சுவலா எனக்கு காலேஜ் போனப்போ தான் பீல் ஆச்சுது.. என்னோட இங்க்லீஷ் மேம் ரேபெக்காவை பார்க்கும் போது ஒரு கிரஷ் பீல் வந்துச்சு.. பிரெண்ட்ஸ் கிட்ட ஷேர் பண்ணும் போது டீஸ் பண்ண ஆரம்பிச்சிட்டாங்க.. அப்புறமா எதையும் சொல்லாம எனக்குள்ளேயே வச்சிக்கும் போது தான் நான் மத்தவங்களை விட ரொம்ப வித்தியாசமா தோண ஆரம்பிச்சுது.. எல்லாரும் ஸ்டுடென்ட் ஆப் தி இயர் வருண் சித்தார்த் பத்தி வர்ணிச்சு பேசும் போது எனக்கு ஆலியாபட்டோட கியூட்னஸ் அழகா தோணிச்சு.. இப்படி நிறைய வித்தியாசமாவே பீல் ஆகா ஆரம்பிக்க பழைய புக்ஸ்ல தேட ஆரம்பிச்சேன்.. பல இடங்கள்ல இது ஒரு வியாதின்னு போட்டிருந்தது.. கொஞ்ச நாள் ஆக ஆக தான் தெரியும்.. ஹோமொசெக்ஷுவல் பத்தி.. சரி நீ எப்படி??” என கேட்டவளை உறுத்து நோக்கினாள் அமீக்கா..

“இப்போ தானே நீயே சொன்ன.. அது உண்மையா பொய்யா??” என்ற தன்வியின் குரல் கம்மா துவங்க, “உண்மையா என்னன்னு தெரியலை.. ஆனா என்னால உன்னை விட்டு போக முடியாது.. நீ குடுத்த முத்தம் தான் இதெல்லாம் பேச வைக்குதுன்னு நினைக்காத.. அந்த முத்தம் தான் எனக்கு இதை உணர்த்துச்சு.. என்னால நீ இல்லாம வாழ முடியாது.. இதுக்கு பேரு காதலோ காமமோ லெஸ்பியனோ.. என்ன வேணா இருக்கட்டும்.. என்னால உன்னை பத்ரிக்கு விட்டு தரமுடியாது.. அவன் நல்லவன் தான்.. ஆனா என்னோட தனுவை விட்டு தர்ற அளவுக்கு பெரியவன் இல்லை..” என கூறிய அமீக்காவின் வார்த்தைகளில் ஒரு உறுதி..

ஆனந்தத்தினை உதிர்க்கும் தன்வியின் கண்கள் இருந்த வதனமோ பிரகாசமாகி கொண்டே செல்ல, ஆரத்தழுவி கொண்டாள் அவளின் ராங்கியை.. “ஐ லவ் யூ மீகா.. அன்னைக்கு நைட் சொல்ல நினைச்சதும் இது தான்... என்னை பத்தின உண்மை தெரியுறதுக்கு முன்னாடியே தெரியுற என்னோட காதல் உனக்கு புரியுமான்னு தெரியல.. உன்னை மாதிரி தியாகியா விட்டு கொடுத்துட்டு போக மாட்டேன்.. நின்னு சண்டை போடுவேன்.. அந்த பல்லிமிட்டாய் கூட... இப்போவும் சொல்றேன் மீகா.. நான் செத்தே போனாலும் கடைசியா உன் குரல் கேட்டுட்டு தான் உயிரை விடுவேன்..” என்ற தன்வியின் அணைப்பில் இறுக்கத்தை கொடுத்தாள் அமீக்கா..

“லூசு மாதிரி பேசாதடி.. நான் தான் இருக்குறேன்ல.. இன்னொரு தடவை நான் உன்னை விட்டு கொடுக்க மாட்டேன்..” என உறுதியளிக்க, “நான் நம்ப மாட்டேன்.. அப்படின்னா இன்னைக்கு மூன்நைட் பண்ணலாம்.. அப்படின்னா தான் ஓகே..” என குழந்தையாக சிணுங்கிய தன்வியை தலையில் தட்டி அறைக்கு அழைத்து சென்றாள் அமீக்கா..

விரிக்கப்பட்ட போர்வையை கடந்து உணரப்பட்ட தரையின் வெம்மை, தேகத்தில் குளிர்விக்கப்படும் பனியின் வன்மை, இருளில் வாழும் விண்மீன் நட்சத்திர கூட்டம்.. ராங்கியின் நிலவாய் அவளின் ராணியும், ராணியின் நிலவாய் ராங்கியும் ஒளிர்ந்து கொள்ள அவ்வானில் ரெட்டை நிலாக்களாகி போனது.. கண்களில் மின்னிய காதலின் அளவு பெருக்கெடுத்து ஓட, அதீத காதலின் பிடியில் சிக்கி இதழ்கள் இணைந்து கொண்டிருந்தது.. வழக்கமான காதல்களில் தான் காமமில்லா முத்தம் என்பதில்லாமல் காதல் இருக்கும் அனைத்திலுமே காமமில்லா முத்தம் இடம்பெறும்.. காதலினை உணர்ந்து கொண்ட தருணத்திலிருந்து காதலுக்கான சாட்சியமாக அவ்விணைப்பு நிகழ்ந்து கொண்டிருக்க, காரணமான விண்மீன் கூட்டங்களோ மலர்வீசி வாழ்த்தி கொண்டன..

சமூகத்தில் பெண்ஓரினச்சேர்க்கையாளர்கள் பற்றிய தவறான சிந்தனை ஒன்று உலாவி வருகிறது.. ஓரினச்சேர்க்கையில் ஒருவர் ஆணின் குணாதிசயத்தையும் மற்றொருவர் பெண்ணின் குணாதிசயத்தையும் கொண்டு அந்தந்த பாத்திரத்திற்கான பங்கினை வகிக்க வேண்டும் என்று.. அது முற்றிலும் மாறுபட்ட ஒன்று..

இந்த உறவில் இருவரும் அவர்கள் அவர்களாகவே பங்கு கொள்கின்றனர்.. தங்களுக்கு ஏற்ற உடைகளையும் நடைகளையும் தேர்வு செய்து கொள்கிறார்கள்..

-அமீக்கா

9

மறுநாள் காலை வெயில் கண்களை கூச செய்ய, கசக்கியபடியே விழிக்க அமீக்காவின் தோள்களில் சாய்ந்தபடி இவள் உறங்கியிருக்க அணைத்தவாறே உறங்கி கொண்டிருந்தாள் அவள்.. அதன் பின்னே நேற்று நிகழ்ந்தவை அனைத்தும் நினைவுக்கு வர, கூந்தலினை அழுந்த கோர்த்து கொண்டு நாக்கை நடித்து கொண்டாள்..

பத்ரியிடம் குற்ற உணர்வை நீக்கி கொள்ள துணிந்த தன்வி ஒரு வேகத்தில் கத்திவிட்டு அமீக்காவின் தோள்களில் சாய்ந்திருக்க தற்பொழுது உண்மை நிலை விளங்குகிறது.. கலங்கிய விழிகளை துடைத்து விட்டு அறைக்குள் சென்றவள் வழக்கமான வாழ்க்கையினுள் நுழைய முற்பட்டாள்.. ஆனாலும் மனமும் உடலும் ஒத்துழைக்காது, “நான் இப்படி பண்ணியிருக்க கூடாது.. இப்போ என்னோட சேர்த்து நாலு பேரோட வாழ்க்கையும் கெட்டு போச்சு..” என தனக்குள்ளே நொறுங்கி கொண்டவள் இறுதியாக படுக்கையில் வீழ்ந்தாள்.. கண்களில் கண்ணீர் சிந்தவில்லை, கைகளில் கோபம் இல்லை.. மனதால் உடைந்து போயிருந்தாள்..

எழுந்த அமீக்கா மெல்ல அறையில் நுழைய, சோகமாக படுக்கையில் விட்டத்தை வெறித்து கொண்டிருந்த தன்வி தான் கண்களில் நிறைந்தாள்.. சிறு புன்னகையோடு அருகே சென்ற அமீக்கா, அருகிலேயே தலை சாய்த்து அவள் பார்வை சென்ற பாதையில் பயணித்து விட்டத்தை நோக்கினாள்..

தனது சிரசின் அருகே எதிர்பதத்தில் கிடத்தப்பட்டிருந்த அமீக்காவின் விரல்களை கோர்த்து கொண்ட தன்வியின் விரல்கள் சில்லிட்டிருந்தது.. அவளின் குரலில் மட்டுமல்ல மூச்சு காற்றில் கூட என்ன உணர்கிறாள் என்பதை அறிந்து கொள்ளும் மாயவித்தையை அமீக்கா நேற்று இரவே கற்று கொண்டிருக்க, “இப்போ எதுக்காக இவ்ளோ நெர்வஸா இருக்குறா??” என கேட்டாள்..

ஒருகண வியப்பின் பின்னாலேயே “மீகா, எனக்கு பயமா இருக்குது.. பத்ரிக்கு உன்னை பத்தின விஷயம் தெரிஞ்சிடுச்சு.. என்னை பத்தியும் தெரிஞ்சிடும்.. என்னோட ஒருத்திக்கு இருக்குற ப்ராப்ளம்னால நீ, ஷ்ரவன், பத்ரி எல்லாரும் அபெக்ட் ஆகுறீங்க.. எனக்கு ரொம்ப கில்ட்டியா இருக்குது..” என மெலிதான

குரலில் தனது கலக்கத்தை வெளிப்படுத்தினாள்..

“உன்னோட பயம் எனக்கு புரியுது.. பட் உனக்கு இருக்குறது ப்ராப்ளம் இல்லை தனு.. அதை பர்ஸ்ட் புரிஞ்சிக்கோ.. காதல்ல விழுந்தவங்க எல்லார்கிட்டயும் வியாதி இருக்குதுன்னு அர்த்தமா?? தேவையில்லாம குழப்பிக்காத..” என அமீக்கா சமாதானம் செய்ய முயன்று கொண்டிருக்க, விருட்டென எழுந்து அமர்ந்து தனது மடியில் ஏந்தினாள் தன்வி.. “நீ இப்படி யோசிச்சு பாரு மீகா.. என்னோட பொசசிவ்னெஸ் அண்ட் கிஸ் அன்னைக்கு எக்ஸ்போஸ் ஆகாம இருந்திருந்தா ஷ்ரவனும் நீயும் ஹாப்பி கப்பிள்ஸா இருந்துருப்பீங்க.. பத்ரி கூட அவன் காதலிச்ச பொண்ணு கூட சந்தோசமா இருப்பான்..” என கூறி கொண்டிருந்தவள், “அப்போ நீ??” என்ற அமீக்காவின் கேள்வியில் தடுமாறினாள்..

தன்வியின் இரு கரங்களையும் தன் நெஞ்சோடு அனைத்து கொண்ட அமீக்கா, “தனு, இப்படி மட்டும் இருந்திருந்தான்ற ஒற்றை வரியை வச்சு ஆயிரம் ஆயிரம் கதை கற்பனையிலேயே எழுதலாம்.. பட் ரியாலிட்டி மட்டும் தான் நிஜம்.. அளிக்க முடியாததும் கூட.. குழந்தை மாதிரி உன்னை நீயே திட்டிக்காத.” என இதழ் குவித்து பறக்கும் முத்தத்தை காற்றில் மிதக்க விட்டு, “ஓய், இன்னைக்கும் ஆப் சொல்லலாம்னு ப்ளானா?? சீக்கிரம் ரெடியாகி ஆபீஸ் போடி..” என விரட்டினாள்..

அடம்பிடித்து குழந்தயென சிணுங்கி கொண்டிருந்த தன்வியை அமீக்கா கிளப்பிவிட, உள்ளே நுழைந்தான் ஷ்ரவன்.. புன்னகையுடன் கரங்கள் நிரம்ப மலர்கொத்துக்களோடு நுழைந்தவனை எதிர்கொள்ள தயங்கினாள் தன்வி.. அவள் செய்தது அப்படியொரு காரியம் அல்லவா.. “கங்க்ராட்ஸ் தனு அண்ட் மிஸ்.மாஸ் வுமன்..” என பரிசளிக்க, “வர்ற நேரமா?? உன்னை எப்போ வர சொன்னேன்..” என அமீக்கா செல்லமாக காதை திருகினாள்..

ஷ்ரவன் தன்வியை நோக்கிட, சங்கடமாகி போனது.. “ஷ.. ஷ்ரவன்.. அன்னைக்கு ஏதோ ஒரு கோபத்துல..” என தயங்கிய தன்வியை தடுத்தவன், “தன்வி.. ஜஸ்ட் டேக் இட் ஈசியா.. இதை எல்லாம் சீரியஸா எடுத்துகிட்டு.. அப்போவே மறந்துட்டேன்..” என்றான்.. “இப்போ ஓகேவா??” என நலம் விசாரித்த தன்வியை நமட்டு சிரிப்போடு, “ஒன் நைட்ல சரியா போய்டும்.. மேடம் தான் கொஞ்சம் கன்பியூஷன் ஸ்டேட்ல இருந்ததால என்னோட அலேர்ஜியை யூஸ் பண்ணிக்கிட்டாங்க..” என்றதும் அமீக்காவை தீவிரமாக முறைத்து வைத்தாள்..

“ஷ்ரவன், எங்க ரிலேஷன்ஷிப்னால உங்களோட பீலிங்க்ஸ் ஹர்ட் ஆய்டுச்சு..” என மன்னிப்பு கேட்டிட, “தனு.. நீங்க வேற.. எனக்கு அமீக்காவை பிடிச்சதும் காதலிச்சதும் மேரேஜ் ப்ரோபோஸல் எல்லாமே உண்மை தான்.. பட் மும்பை வந்ததுக்கு அப்புறம் உங்களை அமீக்கா பாக்குற ஒவ்வொரு நொடியும்

பிரகாசமாகுற அந்த முகம் என்னை பார்க்கும் போது நார்மலா தான் இருக்குது.. சோ ஐ கெஸ்ட்.. உங்களுக்குள்ள ஏதோ ஒரு ஸ்பெஷல் பீலிங்ஸ் இருக்குதுன்னு.. வாட் எ வெரைட்டிஸ்.. நம்ம ஊர்ல இருக்குற நேரோ மெயின் பீபில்க்கு மத்தியில ப்ராடா தினக் பண்ற அமீக்கா இப்போவும் என்னோட பிரெண்ட் தான்.." என உத்வேகமாக பேசியவனை வியந்து பார்க்காமல் இருக்க முடியவில்லை..

"தன்வி, நான் பர்ஸ்ட் ஷ்ரவன் கிட்ட போயிட்டு ஐ தினக் ஐ பால் இன் லவ்னு சொன்னதும் தன்வி தானேன்னு கேட்டான் தெரியுமா.. ஓவர் ஸ்மார்ட் கை தான்.." என அவனது சிகை கலைத்து விட, "அதுக்காக பிரெண்டாவும் இருக்க கூடாதுன்னு ஸீ பூட்டை சட்னியில் கலந்துட கூடாது.." என கேலியாக கூற, "பண்ண மாட்டேன்.." என இடம் வலமாக தலையசைத்தாள்.. அங்கிருக்கும் மூவரும் சரியான புரிதலுடன் ஒன்றிணைந்திருக்க, தன்வியின் மனமோ பத்ரியை எண்ணி மருகி கொண்டது..

நேற்று ஒரு வேகத்தில் சரமாரியாக பேசிவிட்டு இப்பொழுது வரை சமாதானத்திற்கான ஒரு அடியை கூட எடுத்துவைக்கவில்லை.. ஷ்ரவனை போல அவனும் புரிந்து கொண்டு தன்னை தோழியாக ஏற்று கொள்வானா என்ற ஏக்கம் தோன்றி மறைந்தது.. அமீக்கா இல்லாத இந்த இடைப்பட்ட நாட்களில் நல்ல நண்பனாக அவள் துவண்டு விடாது காத்து கொண்டது அவன் தானே.. அவளின் முகபாவனையே அவளின் கலக்கத்தை அறிவித்திட, "தன்வி, பீல் பண்ணாதீங்க.. பத்ரிக்கும் கூடிய சீக்கிரமே இந்த புரிதல் வரும்.." என்று ஷ்ரவன் நம்பிக்கையளித்திடவே "ம்ம்" என தலையசைத்து கொண்டாள்..

பணியை முடித்து விட்ட தன்வி பத்ரியின் எண்ணிற்கு அழைக்க, தொடர்பு கிடைக்கவில்லை.. பின் முதல்நாள் அவன் தங்கியிருந்த ஹோட்டலின் பெயர் நினைவிற்கு வர, அங்கு சென்றாள்.. வரவேற்ப்பில் விசாரிக்க, சற்று நேரத்திற்கு முன்பு கிளம்பியதாக மட்டும் தகவல் கிடைக்கபெற்றதே தவிர பத்ரியை காணும் வாய்ப்பு கிட்டவில்லை..

சோர்வாக அறைக்கு திரும்பிய தன்வி, நடந்ததை அமீக்காவிடம் கூறி முடித்தாள்.. "ஓகே.. தனு.. பத்ரிக்கும் சம் ஸ்பேஸ் வேணுமே.." என சமாதானம் செய்ய முயற்சிக்க, "மீகா, உனக்கு இந்த விஷயத்தோட சீரியஸ்னஸ் புரியலை.. பத்ரிக்கு என்னை பத்தி தெரியுமா தெரியாதான்னு கூட தெரியலை.. அடுத்த நிமிஷம் என்ன நடக்குமோன்னு பயமா இருக்குது.." என்றவளின் குரலில் அதிகத்திற்கும் அச்சத்தில் இருந்தது..

"ஓகே.. கூல்.. கூல்.. தனு.." என்றபடியே அவளை அணைத்த அமீக்கா, "அடுத்து என்ன நடக்குமோன்னு எல்லாருக்குமே பயம் இருக்கும்.. ஆனா அதையே நினைச்சிட்டு இருந்தா இந்த நிமிஷத்தை வாழ முடியாதே.. தனு.. பத்ரி ஒரு சேஞ்க்காக ப்ரேக் எடுக்கலாம்.. அவனுக்கும் நாம ஸ்பேஸ் குடுக்கலாம்.."

என ஆறுதலாக பேசி கொண்டிருந்தாள்..

அப்பொழுது, மேஜையில் அடுக்கப்பட்டிருந்த மெழுகுவர்த்திகளை கண்ணுற்ற தன்வி, "மீகா, ஏதாவது சர்ப்ரைஸ் ப்ளான் இருக்குதா??" என அப்பாவியாக கேட்க, மாட்டிகொண்ட அமீக்காவோ மழுப்பலாக, "ச்சே..ச்சே.. அப்படி இல்லையே.. ஜஸ்ட் சர்ப்ரைஸ் பண்ணலாமான்னு யோசிச்சிட்டு இருந்தேன்.." என்றிட, "கள்ளி.." என காதினை திருகினாள்..

வேகமாக படுக்கையறையின் கதவை திறக்க, கட்டில் முழுவதும் காகித குப்பைகள் இரைந்து கிடக்க, சுவற்றில் இருவரின் படங்களை இதய வடிவிற்கு அடுக்காக ஒட்டி வைத்து விளக்குகள் ஒளிர்ந்து கொண்டிருந்தது.. "மீகா.." என்ற தன்வியின் விழிகள் விரிந்து வியப்பை வெளிபடுத்தி கொண்டிருக்க, "ப்ச்.. அவ்ளோ தானா?? ஒரு ஹக் கிடைக்கும்னு நினச்சேன்.." என உதடு வளைத்து கொண்டவளை காதலாக அணைத்து கொண்டாள் தன்வி..

"பியூச்சர் எப்படி இருக்கும்னு தெரியலை மீகா.. ஆனா எப்பவும் நான் சாயுரதுக்கு உன்னோட தோள்களும் என் மடியில் தலை சாய்க்குற நீயும் வேணும்.." என்றவளின் கண்கள் பனிமழையில் நனைந்து விட்டிருந்தது.. "ப்ச், தனு.. உன்னோட சுவாசம் இல்லாம என்னால உயிர் வாழ முடியாதுன்னு தான் நான் மும்பை கிளம்பி வந்ததே.." என தலையில் மெல்ல தட்டியவள், "நீ வர்றதுக்குள்ள பெட்டை கிளீன் பண்ணிடலாம்னு தான் இருந்தேன்.. பட் இன்னைக்கு டைமும் சரி இல்லை.. உன்னோட மூடும் சரியில்லை.. இருந்தாலும் எனக்காக கொஞ்சமா.." என இழுத்தாள்..

அவள் என்ன கூற போகிறாள் என தெரிந்தும் கண்களில் ஆர்வத்தை பெருக்கெடுக்க செய்த தன்வி, "உனக்காக.." என நெருங்கினாள்... "எனக்காக கொஞ்சம் பெட்டை கிளீன் பண்ணிடேன்.." என்கவும் தன்வி முறைக்க, பாசாங்காய் பயந்து நடுங்க பாய்ந்து அடிக்க செல்ல அவ்விடமே களேபரமாக தொடங்கியது..

மறுநாள் காலை,

கண்கள் சொருகிய நிலையில் உறக்கத்திலிருந்த தன்வியின் முகத்தில் வீழ்ந்து கிடந்த முடிகற்றைகளை மெல்ல விரித்து விட்ட அமீக்கா மோன நிலைக்கு செல்ல துவங்கினாள்..

"நீ செய்த மாயமென்ன மாயக்காரியே..
மலங்க மலங்க விழிக்கும் மங்கையிடத்திலா
மனம் மல்லாந்து கிடந்து மன்றாடி கொண்டிருக்கிறதடி..
ஒவ்வொரு விடியற்பொழுதிலும் என்கவி
உனை துயில்கலைக்க ரீங்காரமாய் என்னிடம் சண்டையிட
ரகசியமாய் ரசித்த கள்ளத்தனத்தை கண்டுகொண்டேனடி..
காபிகலக்கும் காதலியின் இடைவளைத்து கழுத்தில்

சுவாசம் வெளியிட்டு சிலிர்க்க செய்யவேண்டுமடி..
ஒற்றை நெற்றி பதித்தலுடன் பலதூரம் கடக்க
பதறாது காத்திருப்பின் சுகம் அனுபவிக்கவேண்டுமடி..
கதிரவன் இரவினுள் சங்கமிக்க சாந்தமாய் மடிசாய்த்து
கண்களில் நிறைந்த உன்னுடன் கனவுகளாகிடவேண்டுமடி..
நான்கூறும் அனைத்தும் என்னில் இருக்கும் நீயோ
உன்னில கலந்த நானோ நிறைவேற்றிடவேண்டுமடி..

என வடித்து கொண்டிருந்த அமீக்காவின் மீது கரம் வளைத்த கண்களை திறவாத தன்வியை செல்லமாக முறைத்து கொண்டிருக்க, “இப்படியே திரும்பவும் கனவுக்குள்ள போய்டுறேனே.. ப்ளீஸ்..” என்றாள் தன்வி.. “நான் நீன்னு ஆரம்பிக்கும் போதே எழுந்துட்டன்னு தெரியும்.. ஒழுங்கா எந்திரிச்சு கிளம்பு.. என்னோட ஸ்டார்ட்அப்க்கு இன்னைக்கு என்ட்ரி கொடுக்கலாம்னு இருக்குறேன்..” என்ற அமீக்கா போர்வையை அழகாய் மடித்து அடுக்கினாள்..

“ம்ஹூம்.. ம்ஹூம்..” என்ற சிணுங்கலோடு எழுந்த தன்வி அலுவலகத்திற்கு கிளம்பினாள்.. பாதி வாசலுக்கு சென்ற பின்னரே, நினைவு வந்தவளாக ஐடி கார்டை எடுக்க சென்றாள் தன்வி.. அந்த நேரத்தில் அமீக்காவின் போன் சிணுங்கியது..

“ஹலோ ப்பா..” என உற்சாகத்துடன் தொடங்க, “அமீ, தன்வி பக்கத்துல இருந்தா போனை கொடு..” என்ற குகனின் குரலில் ஒரு அவசரம் தெரிந்தது.. திரும்ப வந்தவளிடம் லவுட் ஸ்பீக்கராக மாற்றியே கொடுக்க, “தன்வி, என்னாச்சு ம்மா?? மாப்பிள்ளை நீ இல்லாம தனியா இங்க வந்துட்டாரு.. அவர் இல்லாம நீ மட்டும் அங்க என்ன பண்ற??” என கேட்டார்..

தைரியமாக தனித்தனியே சாதிக்க வேண்டும் என்று தத்துவம் பேசும் குகன் மறைந்து மருமகளுக்காக தவிக்கும் சராசரி மனிதனாகவே அக்குரலில் உணரப்பட்டார்.. “பத்ரிக்கு வொர்க் முடிஞ்சிது.. என்னோட ஆபீஸ்ல லீவ் அப்ரூவல் நாளைக்கு தான் கிடைக்கும் மாமா..” என அந்நேரத்தில் இருந்த பதட்டத்தில் உளறி கொட்டினாள் தன்வி.. “யோ..” என மௌனமாக தலையிலடித்து கொண்ட அமீக்காவை திருதிருவென விழித்து கொண்டிருந்த தன்வியை, “சரிமா.. நாளைக்கு கிளம்பி வா..” என்ற குகன் போனை அணைத்தார்..

“இப்போ என்ன பண்றது??” என அமீக்கா முற்றும் திடுகிட்டவளாக வினவ, “எதுக்காக அப்படி சொன்ன??” என அமீக்கா கேட்டு கொண்டிருக்கும் போதே தன்வியின் போன் அலறியது.. அழைத்தது பரிமளா தான்.. நடப்பது என்னவென்று சரியாக யோசிக்கும் முன்னரே அடுத்தடுத்த அடிகள்.. அமீக்காவை அமைதியாக இருக்கும் படி கூறிவிட்டு போனை அட்டென்ட் செய்ய, லவுட் ஸ்பீக்கரே தற்சமயத்திற்கு சரியானதாக தோன்றியது..

“ஹலோ..” என கம்மிய குரலில் கேட்டது தான் தாமதம், “தன்வி, எப்படி இருக்குறம்மா?? பத்ரி வீட்டுக்கு வந்திருக்குறான்.. நாளைக்கு உன்னால இங்க வர முடியுமா?? மறக்காம வந்துடு.. நாங்க உனக்காக வெயிட்டிங்.. வரும் போது அந்த அமீக்கா இல்லாம வந்துடு..” என்கவும் மறுக்க வழியின்றி “சரி..” என்று தலையாட்டி வைத்தாள்..

தன்வியின் இதயமோ வறண்ட தொண்டைக்கு ஈடு கொடுக்கும் விதமாக வேகவேகமாக துடிக்க துவங்க, நெற்றிகளில் வியர்வை வழிந்தோடி கொண்டிருந்தது.. “என்ன நடக்குது தன்வி.. அப்பாவும் வர சொல்றாரு.. ஆண்ட்டியும் சொல்றாங்க.. என்ன தான் நடந்துச்சு..” என குழப்பத்தோடு புருவங்களை தேய்ந்த்திட, “உனக்கு இன்னுமா புரியல மீகா.. எல்லாம் வெளிய வந்துச்சு.. நம்ம உண்மை எல்லாருக்கும் தெரிஞ்சிடுச்சு.. பத்ரி அம்மா சொன்னதை தெளிவா கேட்ட தானே.. எல்லாம் போச்சு..” என வாசலிலேயே அமர்ந்து அரற்ற துவங்கினாள்..

கண்களில் இருந்த நீர் வெளியேறும் முன்னே தன் நெஞ்சோடு அணைத்து கொண்ட அமீக்கா, “ஒண்ணுமில்ல தனு.. நீ நினைக்குற மாதிரி எதுவும் ஆகியிருக்காது.. உண்மை தெரிஞ்சாலும் என்ன?? என்னைக்காவது வெளிய வரவேண்டியது தானே.. இப்போ வந்திருக்குது.. டோன்ட் வொர்ரி.. என்ன ஆனாலும் நம்ம பக்கம் லாபம் தான்.. நீ பீல் பண்ணாத..” என முதுகை நீவி விட்டாள்..

“என்ன லாபம் மீகா, அன்னைக்கு மதியோட ஒருநிமிஷம் பார்த்ததுக்கே அம்மாவோட ரியாக்ஷன் பார்த்த தானே.. வீட்ல இருக்குற எல்லாரையும் எப்படி பேஸ் பண்ணுறது??” என்றிட, அவளின் பயத்தினை அமீக்காவால் உணர்ந்து கொள்ள முடிந்தது.. அவள் அன்று பயத்தில் தவித்தாள் என்றால் இவள் பதைப்பில் அல்லவா தவித்து கொண்டிருந்தாள்..

“தனு, எல்லாரையும் நாம பேஸ் பண்ணித்தான் ஆகணும்.. எவ்ளோ நாளைக்கு இந்த சொசைட்டிய பார்த்து ஓட முடியும்.. ம்ம்.. கஷ்டம் தான்.. நாம இன்னும் நிறைய ஸ்ட்ரகிள் பண்ணனும்.. ஆனா இதெல்லாத்தையும் தனி தனியா செய்ய போறதில்லை.. சேர்ந்து பண்ண போறோம்.. நீ ஞாபகத்துல வச்சிக்கோ தனு.. எல்லா ப்ராப்ளம்லையும் இந்த கை உன்னோட கையை கோர்த்து தான் நிக்கும்.. நாம ரொம்ப ஸ்ட்ராங்கெஸ்ட் கேர்ல்ஸ்.. நாம ஏன் பயப்படனும்.. வா.. ஊருக்கு கிளம்பலாம்.. உன்னோட அம்மா என்னோட அப்பா ரெண்டு பேரையும் பேஸ் பண்ணலாம்..” என அமீக்கா நம்பிக்கையாக பேசிட, அன்றே கிளம்பினர்..

ரயிலில் வரும் வழி முழுவதும் தன்வி மனதில் வீட்டில் என்ன நடந்திருக்குமோ?? உண்மை தெரிந்ததும் எப்படி ரியாக்ட் செய்திருப்பார்கள்?? எப்படி முகத்தில் விழிக்க போகிறோம்?? என்ன சமாதான மொழிகளை கூற போகிறோம்?? இந்த சமூகம் ஏற்று கொள்ளுமா?? ஏற்று கொள்ளவில்லை என்றால் எப்படி எதிர்கொள்ள போகிறோம் என்ற கேள்விகள் சூழ்ந்து கொண்டே இருந்தது..

மும்பையில் இருந்த வரை பலதரப்பட்ட மக்களும் பலவிதமான கலாச்சாராமும் விரவி கிடக்க, தான் செய்வது தவறென்ற உணர்வே இன்றி இருந்து விட்டாள்.. தற்பொழுது வளர்ந்து வரும் கிராமத்தினுள் நுழைந்து தங்களை பற்றி எடுத்து கூறி-னால் அவர்களின் கருத்து என்னவாக இருக்கும் என்பதையே யூகிக்க முடிய-வில்லை.. கிராமங்களில் ஒரே கலாச்சாரம் மட்டுமே பின்பற்றி வரும் நிலையில் அவள் யோசித்த சாத்தியகூறுகள் அனைத்துமே சரிந்து கொண்டிருந்தது..

ஆய்வின் படி,

75 சதவீத லெஸ்பியன் ஜோடிகள் குடும்ப மற்றும் சமூக வன்முறையை எதிர்கொள்கிறார்கள்.. ஏற்று கொள்ள மறுப்பதுடன் தூஷித்த வார்த்தைகளையும் வெளியிடுகிறார்கள்.. சில இடங்களில் இந்த உறவுநிலை பாவம் என்றும் தவறு என்றும் ஒதுக்கி வைத்து பார்க்கப்படுகிறார்கள்..

சான்றாக திருவிவிலியத்தில்,

1 கொரிந்தியர் 6: 9-10 - "துன்மார்க்கர் தேவனுடைய ராஜ்யத்தைச் சுதந்-தரிப்பதில்லையென்று அறியீர்களா? நீங்கள் வஞ்சிக்கப்படாதிருங்கள்; பாலியல் ஒழுக்கங்கெட்ட, விக்கிரகாராதனைக்காரரும், விபசாரக்காரரும், விபசாரக்காரரும், கொள்ளைக்காரரும், கொள்ளைக்காரரும், திருடரும், அல்லது அவதூறானவர்-களோ, தந்திரக்காரரும் தேவனுடைய ராஜ்யத்தைச் சுதந்தரிப்பதில்லை.

ரோமர் 1: 26-27 - "இதினிமித்தம் தேவன் அவர்களை இழிவான இச்-சைகளுக்கு ஒப்புக்கொடுத்தார், அவர்களுடைய பெண்கள் இயற்கைக்கு மாறான-வர்களுடனான இயற்கை உறவுகளை பரிமாறினார்கள், அதேபோல ஆண்களும் பெண்களுடன் இயற்கை உறவுகளை கைவிட்டு, ஆண்கள் மற்றவர்களுடன் தவறான செயல்களை செய்தனர், மேலும் தங்களைத் தாங்களே தங்களின் மோச-மான தண்டனையைப் பெற்றனர்.

என்றும் குறிப்பிடப்பட்டுள்ளது.. புனித நூல்களில் பல இடங்களில் இவ்வகை-யான உறவுகள் தவறென்று உணர்த்துகிறது.. எது சரி எது தவறு என்ற கேள்விக்கு விடை குழப்பத்திலேயே உலாவுகிறது..

-அமீக்கா

10

வீட்டினை அடையும் பொழுதே மிக பெரிய அதிர்ச்சி காத்திருந்தது.. பத்ரியின் குடும்பத்தார் அனைவரும் அங்கே வருகை தந்திருக்க, குகனின் முகம் சங்கடத்தி- லும் நிர்மலா வாசுகியின் முகம் குழப்பத்தினாலும் சுருங்கியிருந்தது.. என்ன நடந்- திருக்கும் என்றே யூகிக்க முடியாத கலக்கத்துடன் உள்ளே நுழைய, பரிமளாவின் உஷ்ணமான பார்வை தீண்டி சென்றது..

மும்பையிலிருந்து கிளம்பி வந்த பத்ரி மனபாரம் தாங்காமல் அன்னையிடம் அங்கு நடந்தவற்றை கொட்டி தீர்த்திருந்தான்.. "ப்பா.. என்னாச்சு??" என எவருக்கும் கேட்காத வகையில் அமீக்கா வினவ முயல மயான அமைதியான வீட்டில் அது சாத்தியமா.. "அதை ஏம்மா அங்க கேக்குற.. என்ன கேளு.. உன் சாயம் எல்லாம் வெளுத்து போச்சு.. பொண்ணு பாக்க வந்த அன்னைக்கே உன்னை பார்த்ததும் எனக்கு சந்தேகமாவே இருந்துச்சு.. இப்போ தானே விஷயம் எல்லாம் தெரியுது.. பொண்ணே இல்லன்னு.. உன்னை நம்பி எப்படி எங்க வீட்- டுக்கு வரப்போற பொண்ணை கூட வைக்குறது.. நான் சொல்லும் போது நீங்க நம்பலையே.. உங்க பொண்ணே வந்து நிக்குறா உண்மைய கேட்டு தெரிஞ்சிக்- கோங்க.." என்றவரின் கூற்றில் இருந்து ஒரு விஷயம் நன்றாக புரிந்து விட்டது.. தன்வியை பற்றிய உண்மைகள் வெளிவரவில்லை..

"பாருங்க.. இன்னும் பிடிச்சு வச்ச சிலையாட்டம் நிக்குறதை.. உண்மை தெரிஞ்சு போச்சே.. இனி என்ன சொல்லி தப்பிக்குறதுன்னு யோசிக்குறா.. நீ என்ன பண்ணினாலும் உன்னோட குறையை மறைக்க முடியாது.. ச்சே.. இப்படி ஒரு பிறவியா இருந்துட்டு எந்த தைரியத்துல திரும்ப வந்தாளோ.. நானா இருந்- திருந்தா வீட்டு பக்கமே தலைவச்சு படுத்திருக்க மாட்டேன்.." என சரமாரியாக பேசி கொண்டவரை திட்டுவதற்காக வாயெடுத்த தன்வியின் கைகளில் அழுத்தம் கொடுத்து தடுத்தாள் அமீக்கா..

பரிமளாவின் அருகே நெற்றிக்கு முட்டுகொடுத்து கவிழ்ந்திருந்த பத்ரியை நோக்கிய அமீக்கா, "பத்ரி, உங்களுக்கு தெளிவா புரியலைன்னா நானே எடுத்து சொல்லியிருப்பேன்.. உங்களோட பீகைவியர் வச்சு நீங்க ரொம்ப ப்ராக்டிகலான

ஆளு.. ப்ராடா பேசுவீங்கன்னு நினைச்சேன்.. ப்ச்.. இன்னும் சின்ன குழந்தைன்னு காட்டிட்டிங்க..” என்றவள் பரிமளாவிடம் சென்றாள்..

“ஆண்ட்டி, நீங்க சொல்ற மாதிரி என்னோட உடம்புல குறை இல்லை.. உங்க மனசுல தான் இருக்குது.. எஸ் ஐ யம் லெஸ்போ.. சோ வாட்?? என்ன பண்ண போறீங்க?? மை செக்ஸுவாலிட்டி இஸ் மை பிஸ்னஸ்.. இதுல டேஷி-ஷன் எடுக்க வேண்டியது நான் தான்.. தன்வி என்கூட இருக்குறதுனால எந்த ப்ராப்ளமும் வரப்போறதில்லை.. இது பத்தி பத்ரி கிட்ட அல்ரெடி பேசியிருக்கேன்.. நீங்க அவர்கிட்ட கேட்டு தெரிஞ்சிக்கோங்க.. இதுக்கு மேல உங்க விருப்பம்.. அண்ட் என்னோட லைப்ல இண்டர்பியர் ஆகுறதை இன்னையோட நிறுத்திக்-கோங்க. அண்ட் பி கேர்புள்..” என எச்சரித்தாள்..

தன்வி யாரிடம் என்னவென்று கூறி விளக்குவது என்ற பயத்தில் வாயை மூடி மருகி கொண்டிருக்க முடிவுகள் மடமடவென்று எடுக்கப்பட்டது.. அமீக்கா போட்ட போடு பரிமளாவை முகத்தை திருப்பி கொண்டு கிளம்ப செய்தது.. அடுத்த நிமிடமே, அமீக்காவின் கன்னத்தினை பதம் பார்த்தது வாசுகியின் கரங்கள்.. “என்ன நினச்சிட்டு இருக்குற உன்மனசுல என்ன நினைச்சிட்டு இருக்குற.. பெரிய இவன்னா??” என ஆத்திரத்தில் கத்தி கொண்டிருக்க குகனோ தலை கவிழ்ந்து கொண்டார்..

“ம்மா.. நான் சொல்றதை நீங்களாவது கொஞ்சம் பொறுமையா கேளுங்க ப்ளீஸ்.. அத்த..” என்ற அமீக்கா நிர்மலாவை திரும்பி நோக்க, தீயாய் முறைத்து கொண்டிருந்தார்.. அதற்குள் முந்தி கொண்ட தன்வி, “ம்மா, அமீக்கா மேல எந்த தப்பும் இல்லைம்மா.. நீங்களாவது கொஞ்சம் யோசிச்சு பாருங்க.. அவ தப்பு பண்ற ஆளாம்மா..” என கெஞ்ச துவங்க “நீ பேசாத.. நான் வேணும்னு நினைச்சா ஒழுங்கு மரியாதையா என்கூட வா..” என கரம் பிடித்து இழுத்தார்..

ஒற்றை கரம் தாயிடமும் மற்றொரு கரம் தன்னவளிடமும் இருக்க, எதை தான் தேர்ந்தெடுப்பாள்.. தேர்ந்தெடுப்பதை காட்டிலும் எதையும் தவிர்த்து விட கூடாது என்பதில் உறுதியாக இருக்க, இறுக்கி பிடித்த அமீக்காவின் கரத்திற்கும் காலம் புரிந்து விட்டது போலும்.. கண்ணீராக வியர்வை வழிந்துவிட, வழுக்கி கொண்டு செல்லாமல் இருப்பதற்காக மனம் வலுக்க தொடங்கியது.. காலம் கடந்த பின் செய்யும் எந்த பரிகாரமும் பயனளிப்பதில்லையே..

காலம் ஒரு புறம் கயமையை காட்டி கொண்டிருக்க, காதல் கொண்டவள் காயம் கண்டவளாக தானே கரத்தினை பிரித்து விட்டாள்.. அமீக்காவின் இச்செ-யலில் அதிர்ந்து போன தன்வி, “ப்ளீஸ்.. மீகா.. ப்ளீஸ்..” என கெஞ்ச கண்களோ பனித்து கொண்டது.. கலங்கும் தன் காதலியை கண்டு காயப்படும் திண்மம் இல்-லாத அமீக்காவோ வேறுபுறமாய் திரும்பி கொண்டாள்.. இது அவளுக்கு கடின-மானது தான்.. ஆனால் இதனை செய்து தானே ஆகவேண்டும்..

குகனையோ வாசுகியையோ காணாது தனதறைக்கு ஓடிய அமீக்கா, அமைதியாக படுக்கையில் அமர, தன்வியோ தாரை தாரையாக அழுது தீர்த்தாள்.. இறுதி வரை அவளின் இறுக்கமான கைகோர்ப்பு கிடைக்கும் என்ற நம்பிக்கையோடு பயணித்த சில மணித்துளிகளிலேயே மரணிக்கும் என்று எதிர்பார்த்திடவில்லையே.. கரம் கோர்த்து இருவரின் காதலையும் எடுத்து கூறி இவ்வுலகிற்கு புரிய வைக்க வேண்டும் என்ற தீராத ஆவல் தான்.. இவளுக்கோ தைரியமில்லை.. அவளுக்கோ தேம்பலில்லை..

அன்று தன் மகளை அழைத்து கொண்டு சென்ற நிர்மலா, திரும்பவே இல்லை.. பரம்பரை வீடு தான் என்றாலும் இரண்டு பிரிவாக கட்டி நடுவில் ஒரே கூடமாக தான் கட்டப்பட்டிருந்தது.. கூடத்தின் நடுவே பிரிவினை கோடு இட்டது போல விலகியே நடக்க பெரியவர்களுக்குள் பேச்சு வார்த்தை அற்று போனது.. குகனும் வாசுகியுமே பேசி கொள்ளவில்லை.. சரியான நேரத்திற்கு சாப்பாடு மட்டும் டேபிளில் இருக்க தனித்தனியான நேரங்களில் உண்டு முடித்தனர்..

இத்துடன் ஒரு வாரம் கடந்திருந்தது.. எப்படிபட்ட இறுக்கமாக இருந்தாலும் காலம் இளகவைத்து தானே ஆக வேண்டும்.. அமீக்கா தான் எதுவுமே நடவாதது போல வெளியில் சென்று வருவது, அறையில் பாட்டு ஒலிப்பது என்று சகஜமாக இருந்து வர, வீடானது இயல்பிற்கு வருவதாயில்லை.. தன்வியின் நிலை இன்னும் பரிதாபகரமானதாய் போனது.. அறையினுள்ளே அடைந்து கிடந்தவளை வெளியில் சென்று வருமாறு நிர்மலா பணிக்க, கிளம்பினாள்..

இக்காட்சியை மொட்டை மாடியில் நின்று வாக்கரில் பாட்டு கேட்டு கொண்டிருந்த அமீக்கா கண்டு விட, மனமோ பின்னால் சென்று பேசு என்க சிந்தையோ வேண்டாமென்று மறுத்திட மருகி நின்றாள்.. அதற்குள் தன்வி காம்பவுன்ட் சுவரினை கடந்திருந்தாள்.. வாசலிலேயே நிர்மலாவும் நின்றிட, உள்ளே நுழைந்தான் ஷ்ரவன்.. ‘இவன் எங்கே இங்கே??’ என்ற யோசனையோடு அமீக்கா கீழிறங்கி வரவேற்றிட, நிர்மலா திருப்பி கொண்டு நடந்தார்.. தன் மகளை காபற்றியவன் என்ற நன்றி இல்லையென்றாலும் வீட்டுக்கு வந்தவன் என்ற மரியாதையாவது கொடுத்திருக்கலாம் என்ற வருத்தத்துடனே அமீக்காவை பின்தொடர்ந்தான்..

கூடத்தில் அமர வைக்காமல் அவளறைக்கு அழைத்து செல்லவுமே அவனுக்குள் சந்தேகத்தை கிளறிட உள்ளே நுழையவுமே கேட்டுவிட்டான்.. அன்று நிகழ்ந்த அனைத்தையும் ஒன்று விடாமல் ஒப்பித்தவளை முறைத்து விழித்தான் அவன்.. “அமீக்கா, நடந்தது எல்லாத்தையும் கேக்குறப்போ கஷ்டமா தான் இருக்குது.. ஆனா நீ பண்ணியிருக்குறதை என்னாலேயே அக்செப்ட் பண்ணிக்க முடியலன்றப்போ தன்வி நிலைமையை யோசிச்சு பாரு.. எப்பவும் உன்னையே டிபென்ட் பண்ணி உன்னை மட்டும் சுத்தி வந்த பொண்ணு எப்படி உடைஞ்சு போயிருப்பா.. என்ன ஆனாலும் நீ பண்ணினதை என்னால ஏத்துக்க முடியலை.. இந்த பிரச்சி-

னைக்கு இது சரியான தீர்வு இல்லை.." என்றவன் ஆறுதல் கூறி விட்டு கிளம்பினான்..

அவன் சென்ற பின்னும் யோசனையிலேயே உழன்றவள், ஜன்னலருகே இளைப்பாறலுக்காக வந்து நிற்க கண்கள் நிறை கண்ணீரோடு பித்து பிடித்தவள் போல வீட்டினுள் ஓடிகொண்டிருந்தாள் தன்வி.. இதுநாள் வரை, சமூகம் அவளை தவறாக எண்ணி விட கூடாது.. எந்த தவறான பிம்பமும் அவள் மீது படிந்து விட கூடாது என்று பலவாறாக தனக்குள்ளே கொள்கைகள் வகுத்திருந்தவள் தன்னவளின் கண்ணீரை கண்டதுமே மடை உடைத்து தகர்த்திருந்தாள்.. தன் மீது சுமத்தப்படும் குற்றங்களை கூட ஏற்றுக்கொள்வாள் தன்வி மீது சிறு சாடல் என்றாலும் தாங்கி கொள்ள இயலாது..

வேறு வழியில்லை.. அவளின் கொள்கைகளும் கட்டுப்பாடுகளும் பலமிழந்து வழிவிட, அவசரமாக பால்கனி வழியே தன்வியின் அறை இருக்கும் வராண்டாவில் குதித்து நுழைந்தவள் வேகமாக தாளிட்டாள்.. அறை முழுவதும் தன்வியை தேட, பீரோவிற்கும் அலமாரிக்கும் இடையேயான இடைவெளிக்குள் தன்னை குறுக்கி மடக்கி அமர்ந்திருந்தாள்.. கன்னங்களில் கண்ணீர் கொடு தடமாக பதிந்திருக்க, கண்களோ மேலே வெறித்து கொண்டிருந்தது..

வெளியே இழுக்க முற்பட, விரக்தியான தன்வியின் உடலோ அசைவற்று பொம்மை போல மாறியிருந்தது.. அவளை தூக்கி படுக்கையில் அமர்த்த, "தனு.. என்னாச்சு டி.. ஏன் இப்படி இருக்குற??" என பொங்கி வந்த கண்ணீரை அடக்க முயற்சித்தவளாக கேட்டாள் அமீக்கா.. வெளியில் எவ்வளவு தைரியமிக்கவளாக விளங்கினாலும் தன்வி என்ற தடாகத்தில் விழுந்த தாமரை தான் அமீக்கா.. அவள் அப்படி என்றாள் இவளோ அமீக்கா என்றாலே பைத்தியம்.. இருவரும் மாறி மாறி கொண்ட அன்பு தற்பொழுது இந்நிலைக்கு கொண்டு வந்து விட்டிருந்தது..

"தனு.. பேசுடி.." என அணைக்க முற்பட்ட அமீக்காவின் நெஞ்சில் கரம் வைத்து பின்னுக்கு தள்ளி விட்ட தன்வி, "பக்கத்துல வராத மீகா.. உன்னை மாதிரி ஒரு செல்பிஷை நான் பார்த்ததே இல்லை.. என்னோட ஒவ்வொரு வார்த்தையிலும் என்னோட பீலிங்கஸை புரிஞ்சிக்குற உனக்கு நான் கதருறதை பார்த்தும் இரக்கம் வரலைல.. நீ என்ன நினைச்சிட்டு இருக்குற மீகா?? இந்த எல்லா பிரச்சினையும் நீ ஒருத்தியா சமாளிக்கலாம்னா?? அதுக்கு நீ மட்டும் பிரச்சினையில இல்லை.. நாம இருக்குறோம் மீகா.. நாம.. உனக்கு புரியுதா இல்லையா?? மும்பையில வச்சு நீ என்ன சொன்ன?? எந்த பிரச்சினையா இருந்தாலும் சேர்ந்து கைகோர்த்து சால்வ் பண்ணனும்னு சொன்னியா இல்லையா?? இப்போ எங்க போச்சு அந்த சந்தோஷம்.. எனக்கும் தைரியம் இருக்குது மீகா.. மும்பயில பத்ரி கிட்ட சொல்ல தெரிஞ்ச எனக்கு இங்கேயும் உண்மையை சொல்ல

தெரியாதா?? என்னை நிறுத்தி மொத்த பழியையும் உன்மேல போட்டுக்குற.. ஊர்ல முழுக்க உன்னை ஒரு மாதிரியா பேசுறாங்க.. அது உனக்கு புரியுதா?? என்னால அதை தாங்கிக்க முடியலை.. இதுனால வர்ற விளைவுகளை யோசிச்சியா மீகா.. உன் அத்த திரும்பவும் பத்ரி வீட்டுக்கு போய் பேசி நின்னு போன கல்யாணத்தை திரும்ப நடத்துறதுக்காக நல்ல நாள் பார்த்துட்டு வந்துருக்குறாங்க.. நிலைமை நம்ம கைய மீறி போயிட்டு இருக்குது..'' என கத்தியவள் அப்படியே அவளின் தோள்களில் சாய்ந்தாள்..

கண்ணீர் பெருக்கெடுத்து ஓட, "ஆனா நீ எதுவுமே நடக்காதது மாதிரி இருக்குற.. ஒரு தடவை கூட என்ன வந்து பார்க்கணும்னு தோணலியா மீகா.. முன்னாடி நமக்குள்ள இந்த தொலைவு இருந்துச்சு தான்.. ஆனா எப்போ நீ என்னோட மீகான்னு புரிஞ்சிகிட்டேனோ பிரிஞ்சு போறதுல உடன்பாடு இல்லாம போய்டுச்சு.. உனக்காக காத்துட்டு இருப்பேன்னு தெரியாதா மீகா??" என குலுங்க தொடங்கினாள்..

தனது முதுகில் ஈரப்பதத்தை உணர்ந்தவள் அவளை தன்னிடம் இருந்து பிரிக்க, "மீகா, நாம இந்த ரியாலிட்டிய புரிஞ்சிக்கணும்.. உனக்கு ஒரு விஷயம் தெரியுமா?? நம்ம ஊர்கள்ல லெஸ்பியன் கல்ச்சர் இல்லை தான்.. ஆனா லெஸ்பியன்ஸ் இருக்குறாங்க.. ரெண்டு லெஸ்பியன்ஸ் லவ் பண்ணி சந்தோசமா இருக்குறாங்க.. ஆனா வெளிய காட்டிக்குறதில்லை.. ஏன் தெரியுமா?? இந்த சொசைட்டி அவங்களை ஏத்துக்காது.. முக்கியமா அவங்க பேரெண்ட்ஸ்.. வீட்ல பிரச்சினை கொடுக்க கூடாதுன்னு அமைதியா இருக்குறவங்களுக்கு மேரேஜ் பண்ணி வச்சா அவங்களால சந்தோசமா வாழ முடியாது.. பிசிக்கல் ரிலேஷன்ஷிப்ல வர்ற ப்ராப்ளத்தை வேற வழியில்லாம தனக்குள்ள திணிச்சிக்கிட்டு வாழுறாங்க.. இன்னும் சில பேர் அந்த ரிலேஷன்ஷிப்ப அக்செப்ட் பண்ணிக்க முடியாம வெளிய வந்துடுறாங்க.. இவங்களுக்கு மத்தியில நாம சர்வைவ் பண்றது கஷ்டம் மீகா..'' என்றாள்..

அவளின் கூற்று புரிந்தாலும் மையகருத்தில் கொண்ட ஐயப்பாடினால் "இப்போ நீ என்ன சொல்ல வர்ற??" என ஏறிட்டாள் அமீக்கா.. "அதனால தான் நான் ஒரு முடிவுக்கு வந்திருக்கிறேன்.. ஊருக்குள்ள பேசுறதை பொய்ன்னு சொல்ற மாதிரி நீ ஷ்ரவனை கல்யாணம் பண்ணிடு.. வெளிய நாம ஆர்டினரியா தெரிவோம்.. பட் கடைசி வரை ஒன்னாவே இருக்கலாம்..'' என்றதும் விருட்டென எழுந்து கொண்டாள் அமீக்கா..

"உனக்கென்ன பைத்தியமா தனு.. ஊர் பேசுறதுக்காக நம்ம வாழ்க்கையை அழிச்சது பத்தாதுன்னு ஷ்ரவனையும் இன்வால்வ் பண்ணனுமா?? யோசிச்சு தான் பேசுறியா?? இது நமக்கு இருக்குற குறை இல்லை.. நம்மளோட அடையாளம்.. இதை மறைச்சு வாழுறது நம்மள நாமளே கொலை பண்றதுக்கு சமம்.. சுதந்திரமா

இல்லாம ஏதோ ஒரு போர்வைக்குள்ள அடிமையா வாழுறோமேன்னு மூச்சு முட்டாதா?? இல்ல தன்வி.. நம்ம அடையாளம் வெளிய தெரியுறதுனால எந்த தப்பும் இல்லை.. சொசைட்டிக்காக நாம ஏன் பயப்படணும்?? முட்டாள்தனமா அவங்க பேசுனா புரிய வைக்குறது நம்மளோட கடமை..” என வீறு கொண்டு எழுந்தாள் அமீக்கா..

“அப்போ சரி.. வெளிய போய் போராடு.. போராட்டம் பண்ணி வாழுற வாழ்க்கை நிலையில்லாதது.. நிம்மதி கிடைக்காது.. கொடுத்துருக்குறது ஒரு வாழ்க்கை தான் மீகா.. போராடியே நம்ம காலம் முடிஞ்சிட கூடாது.. இங்க இது தான் ரியாலிட்டி.. போராட்டம் பண்ணி வெற்றியடையுறது எல்லாம் வெற்றி மாறன் படத்துல மட்டும் தான் நடக்கும்.. ரியாலிட்டில சாத்தியப்படாது... பெரிய பெரிய சிட்டியில உக்காந்து பேஸ்புக்லையும் யூடியூப்லையும் வேணா உன்னோட ஸ்பீச்சை அப்லோட் பண்ணலாம்.. நடைமுறைக்கு பாசிபிலிட்டிஸ் சீரோ தான்.. ப்ராக்டிக்கலா யோசி மீகா..” என்றவளின் குரல் அடியாளத்திற்கு சென்றது..

அதற்கு மேலும் அங்கு நில்லாமல், “ம்ஹூம்..” என திருப்பி கொண்டு சென்ற அமீக்கா வந்த வழி செல்லாமல் நேர்வழியாகவே தன்னறைக்கு நடைபோட, எதிரில் நின்ற நிர்மலாவை ஒரு பொருட்டாகவே மதியாமல் சென்றாள்.. அவளை அங்கே கண்டதும் துணுக்குற்ற நிர்மலா, வேகமாக தன்வியின் அறைக்கு செல்ல குளியலறையில் நின்றிருந்தாள்.. குளியலறையின் கதவில் இருந்த கதகதப்பு நீண்ட நேரம் உள்ளிருப்பதாக எடுத்து காட்ட அங்கிருந்து நிம்மதியோடு நகர்ந்தார்.. ஆனால் உள்ளேயோ சூடான வெந்நீரை கதவில் ஊற்றி விட்டு கதறி கொண்டிருந்தாள் தன்வி..

சில இடங்களில் ஓரினச்சேர்க்கை தவறென்பதற்கு முக்கிய காரணம் உடலுறவாக பார்க்கப்படுகிறது.. உண்மை நிலையானது பல உறவுகள் காமத்தை நோக்கியோ உடல்உறவை நோக்கியோ செல்வதில்லை.. காதல் கொண்டு இறுதி வரை இணைந்து வாழ்வதிலேயே நோக்கமாய் உள்ளது.. திருநங்கைகள் பலரும் பாலியல் நோக்கத்திற்கு பயன்படுத்தப்பட்டாலும் தற்பொழுது சாதித்து தங்களின் உணர்வுகளை நிலைநாட்டி தங்களின் தேவை கலவி அல்ல கல்வி என்று உணர்த்தி வருகின்றனர்.. அந்த வரிசையில் ஓரினச்சேர்க்கையாளர்களும் அடக்கம்..

இந்த காரணிகளை கடந்து உறவு கொண்டார்களேயானால் அது அவர்களின் தனிப்பட்ட விஷயத்தில் அடங்கும்.. அதில் தலையீடு செய்வதற்கு எவருக்கும் அதிகாரமில்லை என்பதை பிரிவு 43-A விளக்குகிறது.. அதன் பிறகு வரும் விளைவுகளுக்கும்பொறுப்பு சம்பந்தப்பட்டவர்களே பொறுப்பேற்கிறார்கள்..

-அமீக்கா

11

தனதறைக்கு சென்று நெடுநேரமாக யோசித்த அமீக்கா, அடுத்து என்ன செய்வது என்ற முடிவிற்கு வந்தாள்.. முதல் கட்டமாக தாய் தந்தையிடம் சென்று, ‘‘ப்பா.. ம்மா.. என்மேல நீங்க கோபமா இருப்பீங்கன்னு தெரியும்.. ஆனா அதை விட அதிகமாவே என்மேல நம்பிக்கை வச்சிருந்தீங்க.. எனக்கு தெரியும்.. நான் அதை உடைச்சிட்டேன்.. நான் உங்க கிட்ட முதல்லயே உண்மையை சொல்லியிருக்கணும்..’’ என்ற அமீக்கா தயங்கி நின்றாள்..

அதற்குள், ‘‘எவ்ளோ ஈசியா சொல்ற.. நாங்க உன்மேல வச்சிருந்த பாசத்தை காரணமா காட்டி நீ பண்ணினதை சரின்னு சொல்ல வர்றியா?? நீயெல்லாம் என் வயித்துல தான் பொறந்தியா.. இனியும் ஒரு வார்த்தை பேசாத.. நீ எனக்கு பொண்ணும் இல்லை.. நான் உனக்கு அம்மாவும் இல்லை..’’ என வாசுகி வீரவசனம் பேசி கொண்டிருக்க, ‘‘ம்மா, நான் ஹான்டிகாப்ட்டா இருந்தாலும் ட்ரான்ஸ்ஜென்டரா இருந்தாலும் எப்படி இருந்தாலும் உங்க பொண்ணு தானே.. ஒரு பொண்ணா லட்சணமா எல்லாத்துலயும் பெர்பெக்ட்டா இருந்தா தான் உங்க பொண்ணு மத்தபடி இல்லைன்னா தலை முழுகிடுவீங்களா?? என்னம்மா நியாயம்??’’ என கேட்டாள் அமீக்கா..

அவளின் கேள்வியில் வெடவெடத்து போன வாசுகி, ‘‘இப்படி பேசி தானடி எங்களை நம்ப வச்சு கழுத்தை அறுத்துட்ட..’’ என பேச்சை வளர்த்து கொண்டே சென்றவரை ஒற்றை கைபிடியில் அமைதிபடுத்தினார் குகன்.. ‘‘அமீக்கா, ஒவ்வொருத்தரும் அவங்க அவங்களோட வாழ்க்கையில ஏதோ ஒரு காரணத்துக்காக போராடுறாங்க.. அந்த போராட்டம் எந்த வகையிலானதுன்றதுல தான் அவங்களோட வாழ்க்கை முன்னேற்றம் இருக்குது.. நீ சொல்ற விஷயம் தப்பான்னு முடிவெடுக்குறதுக்கு முன்ன அதை பத்தி முழுசா நாங்க தெரிஞ்சிக்கனும்மா..’’ என ஆதரவாக தலையை கோதினார்..

‘‘தேங்க்ஸ்ப்பா.. என்னை புரிஞ்சிகிட்டதுக்கு.. நீங்க புரிஞ்சிக்குற வரை நான் வெயிட் பண்றேன்.. இன்னைக்கு ஈவினிங் பேமிலி மீட்டிங் போடலாம்.. என்னோட பாய்ண்ட் ஆப் வியூல இருந்து கொஞ்சம் பேசணும்.. உங்களோட புரிதலுக்கு 5%

உதவியா இருந்தா கூட சந்தோசம்ப்பா..” என்று விட்டு கடந்தவளை ஆதுரமாக நோக்கினார் குகன்..

குகனை சமாதானப்படுத்துவது எளிது தான்.. ஆனால் வாசுகியையும் நிர்மலா-வையும் கலந்துரையாடலுக்கு அழைப்பதே சிரமமே... ஆயினும் கையில் விழுந்து காலில் விழுந்தாவது அழைத்து விட வேண்டும் என்ற உறுதியோடு மாலைக்கு தேவையான ஏற்பாடுகளை செய்ய துவங்கினாள்..

இரு குடும்பத்திற்கும் ஒரு வழக்கமான பழக்கம் உண்டு.. சில நேரங்களில் வீட்டின் பின்னே இருக்கும் தோட்டத்தில் குடும்பமாக அமர்ந்து சூடான காபி ஆறும் வரை அமர்ந்து அரட்டை அடித்து விட்டு வருவர்.. ஓடி ஆடி கலைத்த மனிதர்கள் இளைப்பாறுவது என்பது அவசியமானது தானே.. அந்த யுக்தியை தான் அமீக்கா தற்பொழுது கையாளுகிறாள்..

சரியாக ஐந்து மணியளவில் ஒவ்வொருவராக வந்து சேர, ஒருவரின் முகத்தை மற்றொருவர் காணவில்லை.. முதலில் நிர்மலாவின் அருகே அமர்ந்திருந்த தன்வி திடீரென அமீக்காவின் அருகே சென்று கரம் கோர்த்து கொண்டாள்.. அவளின் இந்த செய்கையை அதிர்ச்சியுடன் நோக்கி கொண்டிருக்க, “அத்த, நீங்க தனுவை இப்படி முறைக்க வேணாம்.. என்கூட சேர்ந்ததால கோபப்படாதீங்க.. ஆக்சுவலா தன்வியும் என்னை மாதிரி தான்..” என்ற அமீக்காவின் குரல் தேங்கி நின்றது.. தவறு செய்து விட்டோம் என்பதனால் அல்ல.. எதிரில் இருக்கும் அத்தையாரின் மனம் வெதும்பி விடுமே என்ற மரியாதை..

“அமீ, நீ கண்டபடி உளறாத.. தன்வி அப்படி இல்லை.. நீ இங்க வா..” என தன்வியை பிடித்து இழுக்க, இந்த முறை தைரியமாகவே தாயின் கரத்தை தட்டியிருந்தாள் தன்வி.. மீண்டும் ஒரு முறை சமூகத்திற்காக தன் காதலை தியா-கம் செய்து விட கூடாது என்ற உறுதியில் நிலைத்திருந்தாள்.. வாழ்வோ சாவோ அமீக்காவின் முறைப்படி அவளுடன் தான் என்றிருந்தாள்..

மகளின் இந்த மறுப்பை ஏற்று கொள்ள இயலாத நிர்மலாவோ, “அமீ.. நீ அவளை என்ன பண்ணி வச்சிருக்குற.. உங்க மாமா போனதுக்கு அப்புறம் மொத்த உலகமா தன்வியை மட்டும் தான் நினைச்சிட்டு இருந்தேன்.. அவளுக்கு ஒரு நல்ல வாழ்க்கை அமைச்சு கொடுக்க கூட விடாம உன்னோட சுயலா-பத்துக்காக மாத்தி வச்சிருக்குற.. உனக்கு மனசாட்சி இருக்குதா?? இப்படி ஒரு பழியை சொல்லுறதுக்கு..” என தான் வளர்த்த அமீக்காவினை சீறி கொண்டி-ருக்க, அவரை எதிர்த்து பேசும் தைரியம் இல்லாது நின்றாள்..

அதற்குள், “இப்படி ஒரு குண்டை தூக்கி அண்ணி மேல போடுறதுக்கு தான் வர சொன்னன்னு தெரிஞ்சிருந்தா நான் வந்திருக்கவே மாட்டேன் அமீ.. எப்போ இருந்து இப்படி போய் சொல்லி அடுத்தவங்க மனசை நோகடிக்க ஆரம்பிச்ச..” என வாசுகி பேசி கொண்டிருக்கும் போதே, தன்வியின் அழுத்தம் அதிகரிக்க

அவளுக்குள்ளே நொறுங்கி கொண்டிருக்கிறாள் என்பதை அறிந்த அமீக்கா தேற்ற துவங்கினாள்.. வாசுகியோ நிர்மலாவினை தோளோடு அனைத்து ஆறுதல் சொல்வதாக அமீக்காவினை வசைபாடி கொண்டிருந்தார்..

அப்பொழுது, “நிறுத்துங்க...” என உரத்த சத்தத்தோடு குகன் எழ, அனைவரும் அதிர்ச்சியை அவரை நோக்கினர்.. “அமீ, நீ ஒரு நல்ல ஸ்பெக்கர் தான்.. ஆனா பேமிலிக்குள்ள இல்லை.. அடுத்த மனுஷங்களை காயப்படுத்தாம பேச தெரியனும்..” என கண்டிக்க, “ப்பா, எங்க பக்கம் இருக்குற நியாயத்தை எக்ஸ்ப்ளைன் பண்ண தான் ட்ரை பண்ணிட்டு இருக்குறேன்..” என்ற அமீக்கா, தன்வியை தன் தோளோடு அணைத்திருந்தாள்..

“என்னை பேச விடு அமீ..” என கடிந்து கொண்ட குகன், “வாசு, நீ கொஞ்ச நேரம் பேசாம இரு.. அக்கா, உங்களுக்கு ஒன்னு நியாபகம் இருக்குதா.. சின்ன வயசுல அம்மா அப்பா இல்லாதப்போ அன்னை பக்கத்துல வச்சு காமிக்ஸ் ஸ்டார்ட் பண்ணி கலாட்டா வரை கதை வாசிச்சு எக்ஸ்ப்ளைன் பண்ணுவ.. அப்படி நிறைய பேரோட லைப் ஸ்டோரி கூட இருந்துச்சு.. அன்னை தெரசா, கல்பனா சாவ்லா, தில்லையாடி வள்ளியம்மை, அஞ்சலயம்மாள், முத்துலட்சுமி ரெட்டி.. ஏன் பூலாந்தேவி வரை கதையில வந்திருக்குறாங்க.. அந்த வயசுல என்னோட மனசுல பதிஞ்சது ஒன்னு தான்.. பொண்ணுங்க போல்ட்டா இருக்கணும்.. சாதிக்கணும்னு.. ஆனா உன்னோட விஷயத்துல மாமா இறந்தப்போ வீட்டுக்குள்ளேயே ஒடுங்கி வெளிய வராம போன.. ஏன்?? நாட்டோட பாதுகாப்புக்கு போராடுன மாமாவை கல்யாணம் பண்ணின நீ வீட்டுக்குள்ள ஜெயில் வாழ்க்கை வாழ்ந்த.. ஏன்?? ஊருக்குள்ள யாரும் எதுவும் சொல்லிட கூடாதுன்னு... அம்மா சொல்லி குடுத்த ஒழுக்கங்கள்ல ஒன்னு.. அடுத்தவங்க பேசுற மாதிரி நாம நடந்துக்க கூடாது.. அது சரி தான்.. ஒரு குடும்பத்தோட ஒழுக்கம் பெண்ணோட நடத்தையில தான் இருக்குது.. சின்ன வயசுல நீ சொல்லி குடுத்த கதைகளும் உன்னோட வாழ்க்கையில நடந்த சம்பவங்கள் எல்லாமே எனக்குள்ள ஒரு தாக்கமா மாறி நீங்க ரெண்டு பேர் என்ன திட்டுனாலும் காதுல வாங்கிக்காம என்னோட அமீக்காவையும் தன்வியையும் தைரியமா அவங்களோட சிறகை விரிச்சு பறக்கணும்னு கத்து குடுத்து வளர்த்தேன்... என் அக்கா சாதிக்க முடியாததை இவங்க ரெண்டு பேரும் நடத்தி முடிக்கணும்னு நினைச்சேன.. ஆனா இப்படி ஒரு திருப்பம் வரும்னு யோசிக்கவே இல்லை.. சம்பந்தியம்மா சொல்லும் போது நம்பாத நான் அமீ சொல்லவும் எனக்கு எப்படி இருந்திருக்கும்.. ஏன்னா உங்க எல்லாரையும் விட ரெண்டு பேர் மேல அதிக நம்பிக்கை வச்சது நான் தான்.. நம்பிக்கை ஒரு கண்ணாடி மாதிரி.. உடைச்சிட்டா ஓட்டமுடியாது.. ஓட்டினாலும் பிரயோஜனம் இல்லை.. ஆனா என்னோட கண்ணாடி உடைஞ்சது இப்போ இல்லை அக்கா.. ரெண்டு வாரத்துக்கு முன்னாடியே கீறல் விழுந்து போச்சு.. இந்த

“ஹோலி” புக்கை தன்வி சூசைட் ட்ரை பண்ணின அன்னைக்கு அவளோட கபோர்ட்ல இருந்து எடுத்தப்போவே.. அன்னைக்கே எனக்கு தெரியும்.. தன்விக்கு இந்த ப்ராப்ளம் இருக்குதுன்னு.. உடனே அமீக்கா கிளம்பி போகவும் எனக்கு இன்னொரு விஷயமும் உறுதி ஆய்டுச்சு.. திரும்பி வரும் போது அமீ மட்டும் உண்மையை ஒத்துப்பான்னு நான் எக்ஸ்பேக்ட் பண்ணல.. இப்போ ரெண்டு பெரும் லெஸ்பியன்ஸ் தான்.. அமீ சொல்றது உண்மை தான்.. இதை நாம நம்பி தான் ஆகணும்..” என்று விட்டு மறுபுறமாய் திரும்பி கொண்டார்..

அநேகமாக பலநாள் நெஞ்சில் ஒளித்து வைத்த உண்மை இறக்கி வைத்து விட்டதினால் கண்ணீர் துளிர்த்திருக்கலாம்.. அமீக்காவிற்கோ தந்தையை ஓடி சென்று அனைத்து குலுங்கிட வேண்டும் என்றிருந்தது.. ஆனால் தன்வியோ பேச்சு மூச்சின்றி வாயடைத்து போயிருந்த நிர்மலாவை கண்டு உடைந்தவள் அங்கேயே அமர்ந்து குலுங்க தொடங்கி விட்டாள்..

“ஆமா ம்மா.. நான் ஒரு லெஸ்பியன்.. இது எனக்கு முன்னாடியே தெரியும்.. இந்த உண்மையை உங்க கிட்ட எப்படி சொல்றது?? என்னன்னு சொல்றதுன்னு தெரியல.. அன்னைக்கு கூட மீகா என்னோட உண்மை வெளிய வந்துட கூடாதுன்னு தான் எல்லாத்தையும் அவமேல தூக்கி போட்டுக்கிட்டா.. என்ன மன்னிச்சிடுங்கமா.. என்னால உங்களுக்கு ஒரு நல்ல பொண்ணா இருக்க முடியலை.. மன்னிச்சுடுங்கம்மா..” என தரையை வெறித்தவாறு மன்னிப்பினை நிறுத்தாது வேண்டி கொண்டிருந்தாள்..

உடனே அவளை பற்றி தூக்கி நிறுத்திய குகன், “நீயோ அமீயோ மன்னிப்பு கேக்க கூடாதும்மா.. உங்களோட பீலிங்க்ஸ புரிஞ்சிக்காம இந்த நிலைமைக்கு கொண்டு வந்த சொசைட்டி தான் மன்னிப்பு கேக்கணும்.. இனிமே தான் நீங்க ரெண்டு பெரும் ரொம்ப தைரியமா இருக்கணும்.. இன்னும் பேஸ் பண்ண வேண்டியது நிறைய இருக்குது.. நீங்க பண்ணின தப்பு என்ன?? எந்திரிம்மா.. கண்ணை துடைச்சிக்கோ..” என ஆறுதல் கூறி கொண்டிருக்க, “ஏங்க.. சின்ன புள்ளைங்க எதோ ஒரு விளையாட்டு தனமா பண்ணுதுங்கன்னா நீங்களும் அதுக்கு சப்போர்ட் பண்ணிக்கிட்டு இருக்குறீங்க..” என குறுக்கிட்டார் வாசுகி..

“எது?? சின்ன புள்ளைங்களா?? சின்ன புள்ளைங்க பண்ணின தப்புக்கு தண்டனை கொடுக்குற மாதிரியா நீங்க எல்லாரும் நடந்துக்கிட்டீங்க?? உங்களை நீங்களே கேட்டுபாருங்க.. யாரு சின்னப்புள்ளத்தனமா நடந்துக்குறான்னு..” என அதட்டினார் குகன்..

“ம்மா, நாங்க இவ்ளோ நேரம் பொறுமையா உங்க கிட்ட எடுத்து சொன்னது எங்களை நியாயப்படுத்திக்குறதுக்காக இல்லை.. இந்த உலகம் எங்களுக்கு தெரியுறதுக்கு நீங்க தான் காரணமா இருந்தீங்க.. அந்த வகையில இதெல்லாம் நீங்க தெரிஞ்சிக்கணும்னு நினைச்சோம்.. தட்ஸ் ஆல்.. ம்மா.. அத்த.. ஒரு விஷ-

யம் நல்லா புரிஞ்சிக்கோங்க.. நாங்க எந்த தப்பும் பண்ணலை.. எங்ககிட்ட எந்த குறையும் இல்லை.. நாங்களும் ஆர்டினரி தான்..” என தீர்க்கமாக உரைத்தாள் அமீக்கா..

“குகா.. நீ சொல்ற மாதிரி நாங்க இவங்க ரெண்டு பேரையும் எதுவும் சொல்லலை.. திட்டக்கூட இல்லை.. ப்ளீஸ் ஏதாவது சைக்கியாரிஸ்ட் கிட்ட கூட்டிட்டு போய் சரி பண்ண பாப்போம்.. நாளைக்கு மாப்பிள்ளை வீட்டுகாரங்க வந்து கேட்டா நான் என்ன பதில் சொல்லுவேன்..” என்றதும் தான் தாமதம்.. தன்னை பிடித்திருந்த மாமாவின் கைகளையும் அணைத்திருந்த மனம் கவர்ந்தவளின் தோள்களையும் உதறி விட்டு, “ம்மா.. நீங்க என்ன பேசுறீங்கன்னு தெரிஞ்சு தான் பேசுறீங்களா?? ம்மா.. இங்க இத்தனை பேரு தெளிவா தானே சொல்லிட்டு இருக்குறாங்க.. புரியலையா.. நானும் மீகாவும் காதலிக்குறோம்.. இதை சொல்ல தான் போராடிகிட்டு இருக்குறோம்.. ஏன் நாங்க எல்லாம் காதலிக்க கூடாதா?? கவிதையில மட்டும் தான் காற்று புகா இடத்துல கூட காதல் நுழையும்னு ஏத்துப்பீங்களா?? நிஜ வாழ்க்கையில அப்படி நடந்தா ஹையோ பாவமே.. தப்பேன்னு புலம்புவீங்க.. இதென்னமா லாஜிக்.. எவனோ ஒருத்தன் என்னை புடிச்சிருக்குன்னு வந்து நிக்குறான்.. கல்யாணத்துக்கு உடனே சரின்னு சொல்லியாச்சு.. உங்க சொந்த தம்பி பொண்ணு தானே.. பிடிச்சிருக்குன்னு சொல்றேன்.. அருவருப்பா பாக்குறீங்க.. சைக்கியாரிஸ்ட் கிட்ட கூட்டிட்டு போக சொல்றீங்க.. ம்மா எனக்குள்ள இந்த பீல் அஞ்சு வருஷமா என்னை அரிச்சிட்டு இருக்குது.. யார் கிட்ட சொல்ல?? என்ன சொல்லன்னு தெரியாம தவிச்சிட்டு இருக்குறேன்.. அதை புரிஞ்சிக்க முடிஞ்சிதா?? சரி.. நீங்க சொல்ற மாதிரியே அவனை கல்யாணம் பண்ணிக்குறேன்.. எனக்கும் விருப்பமில்லாம அவனுக்கும் நிறைவில்லாம வாழுவோம்.. நீங்களும் அப்பாவும் மாதிரி தான்மா நாங்க.. மீகா இல்லாம இன்னொரு வாழ்க்கையை என்னால யோசிக்க முடியாது..” என வெடித்திருந்தாள் தன்வி..

பல நாடுகளில் தடைசெய்யப்பட்டும் சில நாடுகளில் அனுமதிக்கபட்டும் வரும் நிலையில் இந்தியாவில் அனுமதி மறுக்கப்பட்டது.. 1862ம் ஆண்டில் பிரிவு 377 அறிமுகப்படுத்தப்பட்டு “இயற்கைக்கு மாறான குற்றங்கள்” என்ற வகையில் இது போன்ற பாலினங்களுக்கு தடை விதிக்கப்பட்டது.. அதனை தொடர்ந்து நாஸ் அறக்கட்டளையால் தொடர்ந்த போராட்டத்திற்கு பிறகு செப்டம்பர் 6, 2018 அன்று மறுபரிசீலனை செய்து ஓரினச்சேர்க்கையாளர்கள் அனுமதிக்கப்படுகிறார்கள்.. ஆனால் திருமணம் செய்யும் சுதந்திரம் மறுக்கப்பட்டது..

அந்த நாளை ஓரினச்சேர்க்கையாளர்கள் அனைவரும் கூடி சாலையில் வண்ணபொடிகள் தூவி கொண்டாடினர்.. இதில் அவர்களுக்கான கொடியின் அடையாளத்தை வெளிப்படுத்தினர்..

2010ல் லிப்ஸ்டிக் லெஸ்பியன் கொடி வடிவமைப்பு இருந்து பெறப்பட்டது.

லெஸ்பியன் சமூக கொடி 2018 இல் சமூக ஊடகங்களில் அறிமுகப்படுத்தப்பட்டது, பாலின மாறுபாட்டைக்குறிக்கும் இருண்ட ஆரஞ்சு கோடு.

Enter Caption

-அமீக்கா

❁❁❁

12

தன்வியின் செய்கையை எவரும் எதிர்பாராது திகைத்து நிற்க, பல நாட்களாக மனதில் உள்ள ஆதங்கத்தை கொட்டி தீர்த்த நிம்மதியில் தன்விக்கு மூச்சு மேலும் கீழுமாய் வாங்கியது.. முதுகுதண்டில் நீவி விட்டு சகஜமாக்க முயன்று கொண்டிருந்த அமீக்கா, “அத்த நீங்க பேசுறது நிஜமாவே அபத்தமா இருக்குது.. நான் என்ன சொல்லி புரிய வைக்குறதுன்னு யோசிச்சிட்டு இருக்கும் போதே தன்வி எமோஷனல் ஆய்ட்டா.. இப்போ தெளிவாவே புரியுற மாதிரி சொல்றேன்.. சின்ன வயசுல நீங்க ட்ரெஸ் எடுத்துட்டு வரும் போது ரெண்டு பேருக்கும் ஒரே மாதிரி கவுன் எடுத்துட்டு வருவீங்க.. ஸ்டார்டிங்ல எனக்கு புடிக்கலைன்னாலும் போட்டுப்பேன்.. வளர வளர எனக்கு பிடிக்காததை ஒப்பனா சொல்ல ஆரம்பிச்சேன்.. அடுத்து கராத்தே, டிரைவிங் கிளாஸ் போக ஆரம்பிச்சதுக்கு அப்புறம் எனக்கு அந்த மாதிரி ட்ரெஸஸ் ஒத்துக்கலை.. சோ அவாய்ட் பண்ணிட்டு கம்பர்ட்டபிளா ஜீன் ஆர் ஷார்ட்ஸ் யூஸ் பண்ண ஆரம்பிச்சேன்.. கோலாட்டம் ஆடுற தன்வி என்னோட வயசுல தாவணி போட்டா... சோ யாருக்கு என்ன பிடிக்குதோ அதை தானே பண்ண முடியும்.. பரிமளா ஆண்ட்டி மாதிரி எங்களோட உணர்வு உடல்ல இல்லன்னு புரிஞ்சிக்கிட்டீங்க.. கொச்சையா நினைக்கல.. நல்ல விஷயம்.. பட் மனசுல இருக்குற எங்களோட உணர்வுகளை மாத்த ட்ரை பண்றது.. அன்பேர்(unfair).. யாருக்கு எது கம்பர்டபிளோ காம்பாக்டிபிலோ அப்படியே வாழ விடுங்களேன்..” என பொறுமையாகவே விளக்கினாள்..

“ஏண்டி, ரொம்ப பேசுற.. பிசிக்கல் ரிலேஷன்ஷிப்க்காக தானே இந்த லெஸ்பியன்ற அடையாளம்..” என வாசுகி கூறியது தான் தாமதம்.. அமீக்கா தன் பொறுமையை கடந்து விட்டாள்.. “எவ்ளோ கேவலமான புரிதலா இருக்குது.. ஏம்மா, செக்ஸ் பத்தி பேசுற இடமா இது.. நாங்க லவ் பத்தி புரியவைக்க ட்ரை பண்றோம்.. ஈசியா லஸ்ட்டோட கம்பேர் பண்ணிட்ட.. ச்சே.. உடம்பு கூசுதும்மா.. இங்க நிறைய பேரு கே(guy), ட்ரான்ஸ்ஜெண்டர், லெஸ்பியன், பைசெக்சுவல் எல்லாமே வெறும் செக்ஸ்னு மட்டும் நினைக்குறீங்க.. இல்லவே இல்லை.. காதலால சேருற ஒரு உறவை எப்படி தப்பா உருவகப்படுத்த முடியுது.. சத்தியமா இந்த கேள்-

விக்கு அப்புறம் தான் எனக்கு மேல மேல வெறி ஏறுது.. ஆமா நான் லெஸ்பியன்.. அதுனால உங்களுக்கு என்ன??ன்னு கத்தனும் போல இருக்குது.. உங்களை சொல்லி குத்தமில்லை.. ட்ரான்ஸ்ஜெண்டரையே இப்போ தானே கொஞ்சமா மனுஷங்களா பாக்குறீங்க.. பல வருஷமா இருட்டுல வாழுற எங்களை மாதிரியான ஆட்கள் வெளிய வந்து எங்களுக்கான அடையாளத்தை உருவாக்குறதுக்குள்ள உலகமே அழிஞ்சிடும் போல..'' என்றவளின் கண்களில் அப்படி ஒரு வலி..

அவளை இறுக்கமாக தன்வி கட்டியணைத்து, ஆத்திரத்தை மட்டுப்படுத்த முயன்று கொண்டிருக்க அணைந்து விட தீக்குச்சியாக இருந்தால் தானே.. உள்ளே காட்டுதீயே பற்றியிருந்தது.. "தன்வி, அவளை உள்ள கூட்டிட்டு போம்மா.. இங்க இருந்தீங்கன்னா எமோஷனல் ஆகி எல்லாருக்குமே வருத்தம் தான் வரும்..'' என குகன் கூற, அப்படியே செய்தாள்.. அறைக்கு வந்த பின்னும் அமீக்காவின் வெறி அடங்குவதாக இல்லை.. தன்னுடைய இயலாமையை அங்கிருந்த அனைத்து பொருட்கள் மீதும் காட்டிக்கொண்டிருக்க, தன்வி பதைபதைத்து போனாள்.. எங்கு தன்னைதானே காயப்படுத்தி கொள்வாளோ என்ற பதட்டத்தில், ஆத்திரத்தில் நின்றவளை ஆதுரமாக அணைக்க அவளின் திமிரலையும் கட்டுப்படுத்த முயன்றாள்..

அமீக்கா எதிர்த்து போராடுவது தன்னவளையே என்ற சுயத்திற்கு வரும் பொழுது, தன்வியின் கண்களில் பயம் மட்டுமே ஒட்டிக்கொண்டிருந்தது.. "தனு.. தனு.. இட்ஸ் ஓகே.. நோ ப்ராபளம்.. டோன்ட் வொர்ரி.. நான் எல்லாத்தையும் சார்ட் அவுட் பண்ணிடுவேன்.. நீ கவலைப்படாத.. நமக்குன்னு ஒரு வாழ்க்கை இருக்குது.. நீ அதுல மட்டும் கான்சென்ரேட் பண்ணு ஒகேவா..'' என கன்னம் ஏந்தி சமாதானம் கூறியவள் தன்வியின் கண்களுக்கு குழந்தையாகவே தெரிந்திட்டாள்..

"தனு..'' என நீர் பொங்கிய விழிகளுடன் வலிய வலிநிறைந்த புன்னகையை விரியவிட்டு, "இங்க எதுவும் மாறுமா மாறாதான்னு தெரியாது மீகா.. ஆனா நாம மாறமாட்டோம்.. நம்ம காதல் மாறாது.. நமக்குள்ள எதுவும் மாறாது.. கடைசி வரை கையை பிடிச்சிட்டு என் ராங்கியும் உன் ராணியாவும் வாழ்வோம்..'' என்றவளை என்செய்வது.. கூந்தல் கோதி காதலாக நெற்றிஒற்றலை வைத்தாள்.. அதில்தான் எத்தனை காதல்?? எத்தனை புரிதல்?? எத்தனை வாக்குகள்?? எத்தனை சத்தியங்கள்.. இது போதாதா ஒரு வாழ்விற்கு.. ஆணும் பெண்ணும் மட்டும் தான் இவ்வுணர்வில் திளைக்க முடியுமா?? அந்த மோன நிலையில் லயித்து கொண்டிருக்கும் போதே பலமாக கதவு தட்டப்பட்டது..

விலகி கொண்ட இருவரும் கதவை திறக்க, நின்றிருந்த குகனோ அவசர-அவசரமாக பொருட்களை எடுத்து வைத்தார்.. நல்ல வேளையாக வரும்பொழுது எடுத்து வந்த பெட்டிகள் கலைக்கப்படாமலேயே இருக்க, டாக்சியில் ஏற்றி இருவ-

ரையும் அழைத்து கொண்டார்.. ரயில் நிலையத்தில் மும்பைக்கான இரு டிக்கெட்-டுக்களை நீட்டியவரை புரியாமல் விழித்தனர்.. "அமீ, தன்வி.. நீங்க திரும்பவும் மும்பை போயிட்டு வாங்க.. நீங்க திரும்பி வரும் போது வீடு வித்தியாசமா இருக்-கும்.. ஹாப்பி ஜேர்னி.." என்றவர் ஒரு வார்த்தை கூட பதில் மொழியவிடாது அனுப்பி விட்டார்.. அவர்களின் வாழ்வு அவர்களின் கைகளில்..

"சோ இது தான் உங்க ஸ்டோரி இல்லையா?? வாங்க நம்ம நிகழ்ச்சிக்குள்ள போகலாம்.. ஹாய் ஹலோ வணக்கம் பிரெண்ட்ஸ்.. நான் உங்க லில்லி.. நம்ம கூட இருக்குற அமீக்கா அண்ட் தன்வியோட லைப் ஸ்டோரி தான்.. இவங்க யாரு?? எதுக்காக இன்வைட் பண்ணியிருக்குறோம்னு நீங்க யோசிக்கலாம்..

கண்டிப்பா அதையும் தெரிஞ்சிக்கலாம்.. இப்போ trendingல டீனேஜர்ஸ் மைண்ட்ல ஓடிட்டு இருக்குற ஷேட்ஸ் ஆப் லவ்ன்ற ஆப்பை டிசைன் பண்ணின-வங்க இவங்க தான்.. சோ, இந்த அப்ப்ளிகேஷன் பில்ட் பண்ணும்னு உங்களுக்கு எந்த பாய்ன்ட்ல தோணுச்சு.. அண்ட் அதை பத்தி சில வேர்ட்ஸ் எங்க கிட்ட ஷேர் பண்ணிக்கிட்டா உங்களை மாதிரி வளர நினைக்குற யங்ஸ்டர்ஸ்க்கு இன்ஸ்-பிரேஷனா இருக்கும்.."

தன்வி: இந்த கேமிங் அப்ப்ளிகேஷன் பில்ட் பண்ண கண்டிப்பா நாங்க ரெண்டு பேரும் தான் காரணம்.. இந்த ஜெனரேஷன் பசங்களுக்கு காதல் அப்படின்ற ஒன்னு ஒரு வேடிக்கை பொருளா மாறிட கூடாது.. லைக் அதுல இருக்குற ஸ்ட்-ரகிள்ஸ் அண்ட் சோல்புல் எமோஷன்ஸ கன்வே பண்ணனும்னு நினைச்சோம்.. காதல்ல மூழ்கி எழுந்தவங்களுக்கு தான் அதுல இருக்குற ஒவ்வொரு சுகதுக்க-மும் தெரியும்.. சோ இந்த வேலையே செஞ்சு முடிக்குறதுக்கு நாங்க தான் பெஸ்ட் சாய்ஸ்னு நினைச்சோம்.. இந்த ஆப் பத்தி சொல்லனும்னா.. லைக் பப்ஜி அண்ட் ப்ரீபயர்.. நாமளே ஒரு அனிமாட்டிக் கேரக்டரா உள்ள போய் நம்மளோட பெட்டர் ஹாப் யாருன்னு கரெக்ட்டா சூஸ் பண்றது.. அதுக்கு அப்புறம் நாம பேஸ் பண்ற எமோஷனல் சிச்சுவேஷனை ஹாண்டில் பண்றது பத்தியெல்லாம் இன்க்லூட் பண்-ணியிருக்குறோம்.. இதுல எந்த விதமான அடிக்ஷனும் கிடையாது.. சிம்ப்ளி சேஸ் நோ சைட் எபெக்டஸ்.. ஹஹா...

லில்லி: வாவ்.. சூப்பர்.. நீங்க ரெண்டு பேரும் இன்னும் இன்னும் நிறைய வெற்றிகளை அடையணும்னு யங்ஸ்டர்ஸ் சார்பா வாழ்த்துறோம்.. அண்ட் உங்க ரெண்டு பேரோட பேர் ரொம்பவே கியூட்.. இந்த மாதிரியான ஒரு காதலை இந்த உலகம் பார்க்குறது இது தான் பர்ஸ்ட் டைம்.. சோ உங்களோட காதலுக்கும் ஆர்-டினரி காதலுக்கும் இருக்குற வித்தியாசமா எதை பாக்குறீங்க..

அமீக்கா: யா.. கண்டிப்பா.. காதல்ல எந்த வித்தியாசமும் கிடையாது.. காதல் அது காதல் தான்.. பட் செக்சுவாலிட்டி மாறும்.. அவ்ளோ தான்.. நாங்க ரெண்டு பெரும் சின்ன வயசுல இருந்தே ஒண்ணா தான் இருந்தோம்.. பட் எங்களோட

காதல் வெளிய வர்றதுக்கு டைம் எடுத்துச்சு.. எல்லாரையும் போல..

லில்லி: இந்த சொசைட்டில தன்னோட அடையாளத்தை மறைச்சு வாழணும்னு நினைக்கும் போது தைரியமா உங்களை அடையாளத்தை வெளிப்படுத்தினதுக்கான ரீசன் என்ன?? உங்களை மோட்டிவ் பண்ணின விஷயம் என்ன??

அமீக்கா: இதுக்கான பதிலை நீங்களே சொல்லிட்டீங்க.. எல்லாரும் மறைச்சு வாழும் போது நாம வெளிப்படுத்திக்கிட்டா என்னன்னு தோனுச்சு.. அண்ட் என்னோட தனு சொன்ன ஒரு விஷயம் என்னை யோசிக்க வச்சுது.. ரியாலிட்டில பிராக்டிகலா யோசிக்கணும்.. இப்போ நான் ஒரு லெஸ்பியன்னு எக்ஸ்போஸ் பண்ணிக்கிட்டா கண்டிப்பா இந்த உலகம் எங்களை ஏத்துக்காது.. ஏதோ ஒரு சாதனை எங்க பின்னாடி இருக்கணும்.. பத்தொன்பதாம் நூற்றாண்டுல ஒரு மேதை தன்னோட செக்சுவாலிட்டி பத்தின பயத்துனால சூசைட் பண்ணிகிட்டாறு.. பட் இப்போ செலிப்ரிட்டி கரண் ஜோகர் தன்னோட அடையாளத்தை வெளிப்படுத்தி இந்த சொசைட்டில நல்ல ஸ்டேட்ல இல்லையா?? சோ எங்களுக்குன்னு ஒரு அடையாளம் கிடைக்கும் போது எங்களோட அடையாளத்தை வெளிப்படுத்தனும்னு நினைச்சோம்.. நடத்தி காட்டிட்டோம்..

லில்லி: கண்டிப்பா இந்த விஷயங்கள் எல்லாமே வெளிய வரவேண்டிய தகவல்கள்.. உங்களோட ஜேர்னி பத்தி தெரிஞ்சிகிட்டதுக்கு அப்புறமா உங்களுக்கு எல்லா விதத்துலேயும் சப்போர்ட்டிவ்வா இருந்தவங்க பத்தி தெரிஞ்சிக்கணும்னு தோணுது.. சோ ப்ளீஸ்..

தன்வி: கண்டிப்பா இது மாமா ஷ்ரவன் இல்லைன்னா நடந்துருக்க சான்சே இல்லை.. எங்களை மும்பை அனுப்பி வச்சதுக்கு அப்புறமா தேடி வந்த மாப்பிள்ளை வீட்ல பேசி அதுக்கு அப்புறமா வந்த எல்லா ப்ராப்ளமையும் நாங்க இல்லாமலேயே எங்களுக்காக பேஸ் பண்ணினாங்க.. இந்த வெற்றி கண்டிப்பா அவங்களுக்கானது தான்..

லில்லி: வாவ் ரியலி கிரேட் தான்.. லெஸ்பியன் பத்தின பார்வை எப்படி இருந்துச்சு.. இனி எப்படி இருக்கணும்னு நினைக்குறீங்க??

அமீக்கா: முன்ன வெளிய போகும் போது நாங்க நிறைய அவமானகளை கடந்து வந்துருக்குறோம்.. இந்த கேட்டகிரி பத்தி முழுசா புரிஞ்சிக்காம கேலி பேசுறது.. ட்ரோல் பண்றது.. இந்த மாதிரி நிறைய.. பட் இதுக்கு அப்புறமாவது எங்களை புரிஞ்சி முழுசா தெரிஞ்சு ஆர்டினரியா ட்ரீட் பண்ணலாம்.. மத்தவங்களுக்கு ஆண்களை பிடிச்சிருக்கு.. எங்களுக்கு பெண்களை பிடிச்சிருக்கு.. பிடித்தம்ன்ற ஒன்னு பொதுவானது தானே.. சோ உங்க வீட்ல இப்படி ஒரு குழந்தை இருந்தா திட்டாம தப்பான முடிவு எடுக்காம அவங்களுக்கான ஸ்பேஸ் குடுங்க.. இது தப்போ குறையோ கிடையாது.. இது ஒரு உணர்வு..

லில்லி: கண்டிப்பா.. உங்கள்ல தொடங்குன மாற்றம் இங்க நிறைய பேர் கிட்ட பிரதிபலிக்கணும்.. நன்றி..

இந்த நேர்காணலை டிவியில் பார்த்து கொண்டிருந்த நிர்மலாவிற்கு வாசுகிக்கும் அன்று குகன் கூறிய வார்த்தைகளின் வீரியம் புரிந்தது..

அன்று,

“என்னங்க நீங்க அப்படியே எல்லாத்துக்கும் சப்போர்ட் பண்றாங்க.. நீங்க சொல்ற எல்லாம் எங்களுக்கு புரியாமையா நாங்க இப்படி நடந்துக்குறோம்.. ஊர் என்ன பேசும்.. நம்ம புள்ளைங்கன்னு ஏத்துக்கலாம்.. ஆனா இது நடைமுறைக்கு சரியா வராது..” என வாசுகி பொரிந்து தள்ள, நிர்மலாவும் அதில் தனக்கும் சம்மதம் என்பது போல அமைதியாக குகனை ஏறிட்டார்..

“வாசு.. ஊர் உலகம் பத்தி கவலைப்படுறியா?? எப்போ இருந்து இப்படி யோசிக்க ஆரம்பிச்ச.. அமீக்காவும் தன்வியும் நம்ம பொண்ணுங்க.. அவங்களோட உணர்வுகளை நம்மள மதிச்சு சொல்லுறாங்க.. அதுக்கு நாம மரியாதை குடுக்கணும்.. தேவையில்லாம பேசி குழப்பாத வாசு..”

“அக்கா, பசங்க வளரும் போது நாம எல்லாத்தையும் கொடுக்கலாம்... ஆனா ஒரு கட்டத்துக்கு மேல அவங்க வாழ்க்கைக்கான ஆதாரத்தை தெரிந்தெடுக்க நம்மளால ஆதரவும் தைரியமும் மட்டும் தான் கொடுக்க முடியும்.. நாம அந்த நிலமையில தான் இருக்கப்போறோம்.. அவங்களுக்கு எது சரி எது தப்புன்னு புரிஞ்சிக்குற வயசு.. நாம பின்னாடி இருந்து நம்பிக்கை கொடுத்தா மட்டும் போது.. வாசு நீ என்ன சொன்ன நடைமுறையில இல்லையா?? இதுக்காக சட்டமே இருக்குது 377 முறைப்படி கல்யாணம் பண்ணிக்க முடியாது.. ஆனா சேர்ந்து வாழலாம்.. அதை தான் அவங்க நம்ம கிட்ட கேக்குறாங்க.. சப்போர்ட் பன்னலைன்னாலும் பரவாயில்லை.. ஊரை பத்தி பேசி பயமுறுத்தாதீங்க.. ஒரு நாள் இதே ஊர் ரெண்டு பேரையும் தூக்கி வச்சு கொண்டாடும்.. அப்போ இந்த வித்தியாசம் எல்லாம் காணாம போகும்..” என்றார்..

மும்பையில்,

“வாவ்.. அமீ.. இப்படி சூப்பரா பேசுவன்னு தெரியும் பட் இந்த அளவுக்குன்னு எதிர்பார்க்கவே இல்லை.. தேங்க்ஸ்யா..” என அவர்களால் தனக்கும் தொகுப்பாளினி தகுதி நிலைபெற்று விட்டதை எண்ணி குதூகலித்தாள் தோழி லில்லி..
“நாங்க தான் லில்லி உனக்கு தேங்க்ஸ் சொல்லணும்.. இப்படி ஒரு சான்ஸ் எங்களுக்கு அரேஞ் பண்ணி கொடுத்ததுக்கு..” என மறுத்தாள் தன்வி.. நீண்டு கொண்டே சென்ற அந்த உரையாடலில் சலித்து போன அமீக்கா, மெல்ல அங்கிருந்து விலகினாள்..

சற்று நேரத்திற்கு பின் அங்கு வந்து சேர்ந்த தன்வி, “என்னாச்சு??” என மெல்ல கரங்களில் கரம் பதிக்க, “ப்ச்.. வீட்டை விட்டு வந்து ஒரு வருஷம் ஆச்-

சுது.. அப்பா வர சொல்லி கால் பண்ணியிருந்தாங்க.. திரும்பவும் அங்க போகணும்னு நினைக்குறப்போ ஒரு தயக்கம் வருது..” என்ற அமீக்கா இந்த ஒரு வருடத்தில் அதிகம் மாறி போயிருந்தாள்..

முன்பு போல வீறுகொண்டு போராட்டமோ புரட்சியோ செய்வதில்லை.. மெதுவாக அமைதலாக முடிவெடுத்து நகர்கிறாள்.. இந்த ஒருவருடம் அவளுக்கு கற்று கொடுத்த பாடம் அவ்வாறு.. ஆனாலும் தன்வியின் காதலி என்று மாறுவதில்லை.. இந்த ஒருவருடத்தில் கோர்த்த கரங்கள் விலகியதே இல்லை..

“பரவாயில்ல மீகா.. நீதானே சொன்ன எவ்ளோ பிரச்சினை வந்தாலும் இப்படியே சால்வ் பண்ணலாம்னு.. எனக்கு நம்பிக்கை இருக்குது.. என் ராங்கி விடமாட்டா..” என்ற தன்வியை காதலோடு அள்ளி நெற்றியில் இதழ் பதித்தாள்.. அன்றைய நேர்காணலை தொடர்ந்து கல்லூரியில் ஓரினச்சேர்க்கையாளர்கள் பற்றி தெளிவாக பேசிய அமீக்காவின் வீறுகொண்டு பேசிய காணொளியும் வெளியிட அன்றைய பிரபலமே அவர்கள் தான்.. இறுதியாக அவள் கூறிய கவிதை தான் நிஜமாகி போனது..

ஆசிரியரைப் பற்றி...

செங்கதிரோனும், குளிர்நிலவும் கோலோச்சும் இவ்வையகத்தில் தனக்கான வளையில் 'நானே ராஜா... நானே மந்திரி...' என சஞ்சரித்துக் கொண்டிருக்கும் ஒரு சிறுபூச்சியின் பெயர்தாங்கி எழுதிக் கொண்டிருக்கும் இளைஞி — மின்மினி.

நிஜத்தில் முதுகலைப் பட்டதாரியாக இருப்பினும் எழுத்துலகில் இப்போதும் கிண்டர்கார்டன் தாண்டாதவள். ஒவ்வொரு படியிலும் ஏதோவொன்றை கற்றுக் கொண்டு புதுக்கோணங்களை கதைகள் வாயிலாக எடுத்துரைக்க முயற்சித்துக் கொண்டிருக்கிறேன்.

இதுவரை எட்டு கதைகளை எழுதியிருக்கிறேன். ஒவ்வொன்றும் வித்தியாசமான கதைக்களங்களை கொண்டவை. அனைத்துமே அமேசான் கிண்டிலில் மின்னூலாக வாசிக்கக் கிடைக்கின்றன.

"ரெட்டை நிலவு" அச்சுப்புத்தகமாக வெளிவரும் என் மூன்றாவது கதை. இதற்கு முன் "காதல் தாண்டவம்", "விஜயசாலி" ஆகியவை அச்சுப்புத்தகமாக வெளியாகியிருக்கின்றன.

ஆன்லைன் செயலியில் எழுதத் தொடங்கி, இப்போது சொந்தத் தளத்திலும் எல்லையை விஸ்தரித்துள்ளேன். எனது கதைகளை உடனுக்குடன் வாசித்து மகிழ, www.kkruthitha.blogspot.com என்னும் தளத்தை பார்வையிடலாம். எனது படைப்புகளை குறித்த உங்களது கருத்துகளும் வரவேற்கப்படுகின்றன. என் மின்னஞ்சல் முகவரி : minminishines99@gmail.com

www.ingramcontent.com/pod-product-compliance
Lightning Source LLC
LaVergne TN
LVHW092052051026
849517LV00013B/2557
* 9 7 9 8 8 8 5 4 6 7 5 4 4 *